I0669301

देवभूमी ते स्वर्गभूमी

देवभूमी ते स्वर्गभूमी

प्रा. पुरुषोत्तम शेठ

दिलीपराज प्रकाशन प्रा. लि.
२५१ क, शनिवार पेठ, पुणे - ४११०३०.

देवभूमी ते स्वर्गभूमी / Devbhumi Te Swargbhumi

प्रकाशक

श्री. राजीव दत्तात्रय बर्वे
मॅनेजिंग डायरेक्टर,
दिलीपराज प्रकाशन प्रा. लि.,
२५१ क, शनिवार पेठ, पुणे - ४११०३०.

© **पुरुषोत्तम शेठ**
८६५/शनिवार पेठ -
९, पालवी अपार्टमेंट, सातारा - ४१५ ००२

प्रथमावृत्ती - ५ जुलै २०१०

प्रकाशन क्रमांक - १८१८

ISBN - 978 - 81 - 7294 - 825 - 2

टाईपसेटिंग

पितृछाया मुद्रणालय,
९०९, रविवार पेठ, पुणे - ४११ ००२

मुखपृष्ठ - कैवल्य राम मशिदकर

Website : www.diliprajprakashan.com
Email :- diliprajprakshan@yahoo.in

जे घडत होते व ज्यांनी मलाही घडविले, त्या विवेकानंद महाविद्यालयातील माझ्या प्रिय विद्यार्थ्यांना—

प्राचार्य अभयकुमार साळुंखे, श्री. विजय कुवळेकर, डॉ. रमेश जाधव, श्री. वासुदेव कुलकर्णी, सौ. वृषाली देसाई, सौ. शोभना वाकडे, श्रीमती रंजना हसबनीस, श्री. पी. सी. पाटील

इचलकरंजी कला, वाणिज्य, शास्त्र महाविद्यालयातील सौ. मंगला आपटे, श्री. इकबाल मैंदर्गी, श्री. महंमद कोतवाल, डॉ. शंकर मुद्गल...

प्रस्तावना

भारताच्या गिरिकंद व सागरतीरावरून

आपला भारत पर्यटनाच्या दृष्टीने अतिसंपन्न देश आहे. भारतातील कोणत्याही प्रांतात तुम्ही जा, तुम्हाला आनंदवनच भेटेल. निसर्गप्रेमी मनुष्य वेडा असतोच. भारतभर फिरताना भेटलेली माणसे, पाहिलेला निसर्ग, बदललेला समाज व धार्मिकतेच्या ओढीने येणारे यात्रेकरू यांना मी पाहत असताना, डोळ्यांनी टिपत असताना; जे मी टिपण केले, ते टिपण म्हणजेच हे प्रवासवर्णन होय.

रोजचे आपले जीवन यंत्रवत् झाले आहे. एकमेकांत दाते अडकून फिरत राहायचे. अशा काळात तुमचा कोंडलेला जीव पर्यटन, भ्रमंती मोकळा करते. काश्मीर असेल, कन्याकुमारी असेल, पचमढी असेल, कान्हा अभयारण्यातील पाण्याची सळसळ, जिम कार्बेटमधील वाघाचा शोध वा नैनीतालमधून खुणावणारे निळे क्षितीज आपल्या मनाची कवाडे उघडून जाते. कवी अनिलांच्या कवितेत सांगायचे झाले तर,

दूर निळ्या शेवटात
होय धरेचे मीलन
वारा पानांच्या दाटीत
किती कोंडलासा वाटे
तुझा माझा कंठ दाटे

पर्वतांच्या उत्तुंगतेत आपले मन हरविले जाते. या देशातले सर्व समुद्रकिनारे मी पायांखाली घातले आहेत. सागराच्या अथांगतेत आपण डुंबून जातो. कोवळ्या उन्हात कौसानीहून दिसणारे बर्फिले पर्वत मनात निसर्गाचा गंभीर उद्घोष करायला लागतात. 'जोग' धबधबा पाहताना लक्ष-लक्ष मोत्यांची उधळण आपण पाहतो. मसुरीचा केम्पटी धबधबा हजारो मोती उधळत येतो. नैनितालच्या रस्त्यावरची उलथापालथ अन् निसर्गाची मर्जी असेपर्यंतच आपण तिथं राहू शकतो. एका फुंकरीसारखं निसर्ग तुम्हाला उलथवून टाकतं याची प्रचिती येऊ शकते. बेलूर,

हळेबीड, खजुराहो येथील शिल्पे पाहताना 'काली घटा छाये, मोरा जिया तडपाये' अशी अवस्था होते. जहांगीर व नूरजहाँच्या प्रेमाच्या मैफली रंगलेल्या, गुलाबाच्या फुलांनी डवरलेल्या, काश्मीरमधल्या निशात- शालिमार उद्यानाच्या आखीव-रेखीव बागा पाहताना फुलपाखराप्रमाणे आपण प्रेमाच्या जगात दंग होतो. 'दिल के तुकडे हजार हुए' अशी अवस्था होते. 'दाल' सरोवरामधून शिकाऱ्यांच्या जा-ये करणाऱ्या शिकाऱ्यात बसून खरेदी करताना आपल्या शिकाऱ्यात कुबेर येऊन बसला आहे, असे भासते. पाण्यात पाय सोडून बसलेल्या शिकाऱ्यात राहणे, हा एक आनंदकारी अनुभव असतो. या देशातील उमललेली मंदिरे व मशिदी या इतिहासाच्या मूक साक्षीदार आहेत.

माझा प्रवासाकडे पाहण्याचा दृष्टिकोन केवळ चांगल्या हॉटेलमध्ये राहणे, खूप खरेदी करणे, जमल्यास छान शौक करणे; एवढा मर्यादित नाही. भारताच्या एकात्मतेच्या दृष्टीने पर्यटन महत्त्वाचे आहे. भ्रमंतीतून आपल्या देशाचा वारसा आपल्याला समजतो. वर्तमानकाळाच्या संदर्भात इतिहासाची, भूतकाळाची पाने चाळावी लागतात. पुराणाच्या मिथक कथांच्या नजरेतूनही वास्तू-संदर्भ आकलन करून घ्यावे लागतात. भारतातील पर्यटन केवळ 'सफर के वास्ते सफर' असे होऊ नये. रवींद्रनाथ टागोरांनी आपल्या कवितेत भारताचे जे वर्णन केले आहे, तो भारत मला माझ्या प्रवासाच्या आनंदयात्रेत गळामिठी घेऊन भेटतो.

हे मोर चित्त, पुण्य तीर्थे जागो रे धीरे,
एई भारतेर महामानवेर, सागर तीरे ।
केह नाहि जाने, कार आहवाने, कत मानुषेर धारा,
दुर्वार स्त्रोते एलो कोथा हते, समुद्रे हलो हारा ।
हेथाय आर्य, हेथा अनार्य, हेथाय द्राविड - चीन,
शक - हूण - दल, पाठान-मोगल एक देहें हलो लीन ।
रणधारा वाहि, जयगान गाहि, उन्माद कलरवे
भेदि मरू पथ, गिरि - पर्वत यारा एसेछिलो सबे ।
तारा मोर माझे सवाई विराजे केहो नहे नहे दूर,
आमार शोणिते रयेछे ध्वनित तारि विचित्र सूर ।

रवींद्रनाथांच्या कवितेतली दृष्टी पर्यटकाची असली पाहिजे. प्रवासातून माझ्या भारतीयत्वाची जाणीव प्रखर झाली. सर्व भूमिप्रदेश, त्यावरील अरण्ये, निर्माण केलेली मंदिरे, उंच मीनार, साधू संन्याशांच्या मठी हे सर्व श्रद्धेने उघड्या डोळ्यांनी पाहिले पाहिजे. भारत पर्यटनदृष्ट्या संपन्न करण्यात आर्यांपासून ते द्राविडांपर्यंत, नाथपंथीयांपासून भागवतधार्मीय संत ते मोगल-पठाणांपर्यंत सर्वांनी आपली भर

घातली आहे. या सर्वांचं रक्त यासाठी आटलेलं आहे. प्रवासात आपल्याला भारतीय एकतेची जाणीव होते. प्रत्येक जातीने, प्रत्येक प्रांताने भारतीय जनमानासाला योगदान दिले आहे. मधामध्ये कोणत्या फुलांचा मध, हे आपण सांगू शकत नाही; त्याचप्रमाणे भारतीय संस्कृती अनेक संस्कृतींच्या मीलनाने संपन्न झाली आहे. अमृतसरचे सुवर्णमंदिर, हरिद्वारचे घाट, अजमेरचा दरगाह, काश्मीरचे दाल सरोवर, उडुपीचे कृष्णमंदिर, गोकर्णचे शंकर मंदिर– हे सारेच भारतीय संस्कृतीच्या एकात्मतेचे धागे आहेत.

मला प्रवासात भेटतात खुल्या दिलाची माणसे! प्रवासामुळे आपण वाचू लागतो. काश्मीरच्या शालिमार, निशात बागेत काश्मिरी मुस्लिम कन्यकांनी दिलेल्या 'काहावाची' चव आजही जिभेवर आहे. गोव्याच्या घनदाट जंगलात रात्री दिलेल्या अन्नाची चव जिभेवर आहे. रुद्रेश्वराच्या पुजाऱ्याने प्रेमाने दिलेला चहा, अंग कुरवाळून मस्तकावर ठेवलेला आशीर्वादाचा हात, बिस्मिल्लाह खाँच्या घरी घेतलेली रबडी हे सारे स्वाद सांगतात, 'माणसातला माणूस जागा आहे. आपल्या भाकरीतला एक तुकडा प्रेमभराने तो पुढे करतो, म्हणूनच प्रवास करावा; माणसाचे जागलेपण जागे राहते.'

हे प्रवासवर्णन लिहिताना माझे विद्यार्थी वासुदेव कुलकर्णी यांचा धाक होताच. माझी लेखनिका आफ्रिन कोतवाल हिने माझे लेखन अक्षरबद्ध करताना मला मदत केली. मला प्रवासातल्या सतावणाऱ्या आठवणीतले काही राहून जाऊ नये याची दक्षता सौ. दमयंतीने घेतली. माझ्या तांदूळ आळी मित्रमंडळातले व एल. आय. सी. च्या निवृत्ती कट्ट्यावरील स्नेह्यांनी नेहमीच माझ्या लिखाणाचे कौतुक केले. ''ओल्ड यंग मॅन, गो अहेड'' अशा शाबासक्या दिल्या. दत्तप्रसाद दाभोलकरांसारख्या दिलदार मित्राने रुग्ण-शय्येवर असलेल्या गुरुवर्य ग. प्र. प्रधानांनी,''लिहिण्याची व वाचनाची संथा कायम ठेवलीस काय?'' हा प्रश्न विचारून लेकराला वेडेवाकडे लिहायला लावले. माझे प्रकाशक राजीव बर्वे व दिलीपराज प्रकाशनचे सारे सहकारी पाठीमागे सूत्रधारासारखे उभे राहिले; यामुळे 'देवभूमी ते स्वर्गभूमी' हा प्रवासवर्णनाचा लेखनप्रपंच नसती उठाठेव न ठरता वाचकांच्या पायाला भ्रमंतीची चाके लावेल, असा मला पूर्ण विश्वास आहे. माझ्या प्रवासाची आखणी करणारे कुमार बेलसरे यांच्याबद्दल कृतज्ञता!

–पुरुषोत्तम शेठ

देवभूमी ते स्वर्गभूमी

भारत हा निसर्गाचा वरदान असलेला देश! स्वच्छ जुळणी, नद्यांची सुंदर उगम-स्थळे यांनी नटलेला देश! पर्यटनदृष्ट्या समृद्ध कर्नाटक, कर्नाटकातील वास्तुशास्त्रदृष्ट्या संपन्न असलेल्या बेलूरच्या मंदिरातील, हळेबीडच्या मंदिरातील काष्ठ पाषाणांतून चैतन्य संचारणाऱ्या यौवना, याचे उत्कृष्ट वर्णन करणारे हे प्रवास-वर्णन! याच कर्नाटकातील मडिकेरीची वनश्रीची कारागिरी, पाना-फुलांची कुसर, मावळतीच्या सूर्याबरोबर मोहराला आलेले चांदणे पाहताना लाल मातीशी नाते जोडून आपण येतो. लाल माती, निळे पाणी, साथ-संगतीला १५० किलोमीटरपर्यंत डोंगर-दऱ्यांत वाढलेल्या सुपारीच्या बागा आपल्या भटकेगिरीचा विडा रंगवतात. कर्नाटकातल्या पुळणीवर समुद्राचे गूज सांगावे, सूर्य-लाटांचे पैंजण ऐकत जीवाला गारवा मिळतो.

अमृतसर- भारताची धाराभूमी! सुवर्णमंदिरात शीखबांधवांची उत्कट श्रद्धा कशी कायम ताजी राहते! 'वाहिगुरू नाम जहाज है, चढे सो उतरे पार ।।' ही श्रद्धा बलवती करणारे अमृतसरचे वर्णन! तर जालियनवाला बागेत—

'छातीचे ते वीर खरोखर होते नाना जातीचे
जातीचे ते लढवय्ये परि दुसरी त्यांना जात नसे.'

अशी राष्ट्रप्रेमाची प्रचीती या पुस्तकातून येते. काश्मीरच्या गुलाबी-शेंद्री पांढऱ्या गुलाबी फुलांच्या सहवासात मनाचा तजेला कायम ठेवणाऱ्या काश्मिरी निसर्गसौंदर्याच्या अनेक छटा... वाऱ्याच्या ओठांवर गाणे जुळवून आणणारे व दल सरोवरात आपले रूप पाहणाऱ्या निसर्गरम्य टेकड्या! तर गुलमर्गला बर्फाचं बाळखेळणं हातात गेऊन हिमानी सौंदर्यात आनंद घेणाऱ्या हजारो प्रवासांच्या आनंदाचे तराणे!

निसर्ग आणि धर्म यांची सांगड घालून पचमढीच्या सौंदर्यात नीरव शांततेत निसर्गाची बोली शिकविणारे हे सुरेख वर्णन, कान्हा अभयारण्यातील लक्ष-लक्ष हरणे, रुबाबात चालणारा वाघ, आपल्या खुरांनी पाने तुडवणारी सांबरे, रानडुकरांच्या पायांचा टप्-खूर-पट - खूर असा आवा... अस्वलांच्या पायांचा चाड-चूड चाड-

चूड असा ध्वनी, सांबरांच्या मादीची कॅक् कॅक्, नर चितळांचा कोहर ऽऽऽ कोहरऽऽऽ असा आवाज आणि वाघाची रुबाबदार चाल... माणसाला पानांपानांतून शिकवणारे निसर्गाचे रूप तुम्हाला या पुस्तकात भेटेल.

कामशास्त्रात आलिंगनाला व मिठीला आद्यक्रम दिला जातो. स्त्री-पुरुषांच्या आलिंगनाची अनेक शिल्पे खजुराहोला सुरक्षित आहे. या सर्वांचा उत्कट बिंदू शारीरिक मीलनात येतो. गद्धे पंचविशीतला रोमान्स सत्तरीत टिकून ठेवण्याचे सामर्थ्य खजुराहोच्या शिल्पांत आहे. अयोध्या, नर्मदा काठची सर्व तीर्थक्षेत्रे पाहताना देव पोलिसांच्या पिंजऱ्यात, का भक्तांच्या गराड्यात, का दलालांच्या ताब्यात? असा प्रश्न पडूनही समस्त हिंदूंच्या जीवनाची सार्थकता आणि त्यांच्या स्वप्नांची प्रचीती गंगा काठावर येऊन ओठांतून 'ॐ जयतु जयतु गंगे, जय गंगा माते।' हे नकळत ओठांवर येत शिवाची बुद्धी, कृष्णाचे हृदय व रामाची कर्मशक्ती मागणाऱ्या भारतीय धार्मिकतेचा व श्रद्धेचा घेतलेला वेध या प्रवासवर्णनात आहे.

देवभूमी ते स्वर्गभूमी ही कर्नाटक, काश्मीर, मध्य प्रदेशाची आनंदयात्रा आहे.

अनुक्रमणिका

१.
सातपुड्याची राणी- पचमढी

भारतातल्या थंड हवेच्या स्थानांत पचमढी हे एक थंडाव्याचेच नव्हे; तर भूगर्भशास्त्र, वनस्पतिशास्त्र, वन्य जीवशास्त्र आणि धर्मशास्त्राच्या दृष्टीने महत्त्वाचे ठिकाण आहे. सातारा ज्येष्ठ नागरिक संघाची सहल काढताना निसर्ग आणि धर्म यांची सांगड घालून सहलीची आखणी केली होती. दुखऱ्या पायांनाही बळ देण्याचे सामर्थ्य पचमढीमध्ये आहे.

मध्य प्रदेश राज्यातील होशंगाबाद जिल्ह्याच्या सुहागपूर तालुक्यातील हे एक प्रसिद्ध गिरिस्थान. जुन्या मध्य प्रदेशाची उन्हाळी राजधानी! हिवाळ्यात तापमान कमी न होणारे, उन्हाळ्यात तापमान न वाढणारे! बारमाही हवेचे आल्हाददायक ठिकाण! सातपुडा पर्वताच्या महादेव टेकडीवर १०६७ मी. उंचीवर वसलेले.

आपल्याकडे पाच पांडवांचा वनवास हा अनेक शहरांशी, गुहांशी जोडण्याची प्रथाच आहे. मराठी शब्दांशात पंचमढी म्हणतात. पचमढी शहराच्या उत्तरेला पाच छोट्या लेण्या आहेत. या गुहांत पाच भाऊ आणि द्रौपदी यांचे एक शय्यागृह. पाच भावांपैकी एक जण द्रौपदीला रात्रीचा सहवास देत असे, अशी दंतकथा कल्पून पंचमढी असे नाव या निसर्गरम्य स्थळाला मिळाले आहे; परंतु जैनांनी दगडाच्या कचवटपणामुळे अर्धवट सोडलेल्या लेण्या येथे आहेत.

माझ्यासारख्या जंगलभटक्याला भावले ते पचमढीचे निसर्गसौंदर्य व समृद्ध प्राणिजीवन! पंचमढीच्या नागफणी,

कालाझाड, काजरी, नागद्वार अशा स्थानांतून फिरताना या बारा कि. मी.च्या जंगलातील पायवाट पायाखाली घालताना हे सर्व जाणवले. या थंड हवेच्या ठिकाणाची जात महाबळेश्वर, भीमाशंकर, उटी, डलहौसी, सिमला, कुलू-मनालीपेक्षा वेगळी आहे. पंचमढी येथे जैविक अस्तित्वाच्या खुणा आहेत. पचमढी वालुकामिश्रित पहाडाचे वैशिष्ट्य म्हणजे प्रचंड मोठ्या घळी आणि स्टँडस्टोनच्या पहाडातल्या जंगलात दडलेल्या प्रचंड गुहा आहेत. या गुहा साठ मी. पासून चारशे मी. पर्यंत पसरलेल्या आहेत. बाबूंच्या, सालवृक्षाच्या, आंब्याच्या बेहड, विशेषत: आवळ्याच्या अशा जंगलांतून हुंदडत आपण या गुहांशी जातो. थबकून-थबकून वाऱ्याचा आवाज येतो. अदृश्य पायवाटेने गुहेतील तळाशी साचलेल्या काळोखातून पहाडाच्या भिंतींचा आधार घेत या जंगलात घुसतो. एकीकडे झाडाची चिंधीही नसलेला पहाड, तर दुसरीकडे वानरांच्या कल्लोळाने, किलबिलीने, पक्ष्यांच्या आवाजाने निळ्या आभाळाची आणि झऱ्याच्या उत्सवाची जाणीव देणारी घनदाट जंगलेही आपल्या गळामिठी पडतात.

गुहेत जाताच आपल्यासमोर येतात ती शिवाची देवस्थाने. भारतातील आदिवासींचा सर्वांत मोठा वावर मध्य प्रदेशात आहे. आदिवासींना आर्येतर मानले जाते. वैदिक आर्य रुद्राला भीत. हा रुद्र किरातवेशात गिरिकंदरांत भटकतो. मध्य प्रदेश हा आदिवासींचा बालेकिल्ला! आरण्यक संस्कृती येथे वाढली. शिवाला गिरिशत, गिरित्र, गिरिशय, गिरिचर का म्हणतात याची प्रचिती पचमढीला येते. पचमढीपासून पंचवीस कि. मी. दूर नागद्वार आहे. नागपंचमीला तर येथे मोठी यात्रा भरते. भारताचे पहिले राष्ट्रपती डॉ. राजेंद्र प्रसाद या ठिकाणी आवर्जून येत. त्यांची आठवण म्हणून जंगलाच्या या तुकड्याला 'राजेंद्रगिरी' असे नाव दिले गेले आहे. या ठिकाणी भस्मासुर वधाच्या कथा अधिक आहेत.

देव, मानव, दानव या सर्वांना शिव ही एकच देवता पूजनीय होती. फक्त एका गुहेत चाळीस कि.मी. पर्यंत पाठीकडूनच जाता येते. तेथे भस्मासुरापासून रक्षित होण्यासाठी शिव गुप्त झाला होता, तर जवळच शिवाने विष्णूच्या आदेशावरून भस्मासुराच्या वधासाठी नृत्य करीत स्वत:च्या डोक्यावर हात ठेवला, तसा भस्मासुरानेही ठेवला आणि तो भस्म झाला. ते महादेव मंदिर 'बडा महादेव' म्हणून प्रसिद्ध आहे. बाराही महिने येथे वासोट्याच्या नागफणीसारखे थेंब-थेंब पाणी ठिबकत असते. जटाशंकर या गुहेत पाण्यातून चालत जावे लागते. एक अंडाकृती गुहा आहे, त्यात डोके वाकूनच चालावे लागते. भारतातील कोणत्याही थंड हवेच्या ठिकाणात नसतील इतक्या, जवळजवळ एकशे चौदा गुहा पचमढीच्या पर्वतराजींत निसर्गानेच कोरलेल्या आहेत.

जलोत्सव :

पचमढीला पाण्याचा जलोत्सव आहे. शहराजवळ एक सरोवर आहे. पचमढीचा 'बी' फॉल हा पाच कि.मी. दूरवर आहे. दीडशे फूट उंचीवरून हा खाली पडतो, तर 'डचेस फॉल' आठ कि.मी. दूरवर आहे. वीस फूट उंचीवरून कोसळणाऱ्या या धबधब्याने सुंदर सरोवर निर्माण केले आहे. हे सरोवर दिसताच पर्यटक डुबी मारायलाच तयार होतो. त्याच्याजवळच 'अप्सरा विहार' आहे. द्रौपदीच्या नावाचे 'पांचाली कुंड' आहे. द्रौपदी येथे स्नान करताना पाच पांडवांसमवेत कशी जलक्रीडा करत असे, याचे चित्र माझ्या डोळ्यांसमोर आले. कोणतेही थंड हवेच्या ठिकाणाची, तेथे उगवणारा सूर्य आणि मावळणारा सूर्य पाहिल्याशिवाय यात्रा पूर्ण होत नाही. पंचमढीच्या ४४५५ फूट उंचीवरच्या धूपगडाकडून उगवणारा सूर्य आणि मावळणारा सूर्यनारायण एकाच जागी आभाळाचे सौंदर्य दाखवीत असतो. याचे वैशिष्ट्य म्हणजे हा सूर्य वर येताना सांगतो,

क्षितिजी आले भरतें गं
घनात कुंकम खिरतें गं
झालें अंबर झुलतें झुंबर
हवेत अत्तर तरते गं।।

पंचमढीमध्ये जेवढे धबधबे आणि छोटे-छोटे झरे पाहतो, तेव्हा लक्ष आचळांनी हे हिरवे जंगल डुबू लागते. झुरु-मुरु-झुरु-मुरु वाहणाऱ्या पाण्याच्या धारा पाहताना आपण वेडेपिसे होतो. मोठमोठ्या घळी पर्वताच्या तुटलेल्या पंखांची जाणीव करून देतात.

वन्य पाणी व वनस्पती

पचमढीला पशू आणि पक्ष्यांच्या रूपाने निसर्गाची उधळण चाललेली असते. वनस्पतिशास्त्राच्या दृष्टीने जवळजवळ तेराशे प्रकारच्या प्रजाती येथे सुखनैव नांदतात. जगातील दुर्लभ प्रजातींतील साइलोटम, द्विकैट्रा, आइस्वाइटिस पन्चानाई, सिलेजिनेला एक्सिगुआ, ऑफ्युग्लौसम, न्यूडिकाल या तर भेटतातच; पण अनंतमूळ, गुडस्करी, वनतुलसी, रुंगिया, खरेटी, काली मुसळी या आयुर्वेदिक औषधी वनस्पतींचे भांडारच पचमढीच्या जंगलात दडलेले आहे. भारतातील उडती खार तर येथे दिसतेच. गिधाडांची संख्या कमी होत चालली आहे. गरुड दुर्लभ आहेत; परंतु सापगरुड, सफेद गरुड अशा दहा जातींचे गरुड धूपगड, नंदीगड, निशाणगड या खड्या पर्वतांच्या खोबणीत तुमचे स्वागत करतील. फिरताना कधीतरी एखादा रानगवा सामोरा येईल. अस्वलांचे हे नंदनवन आहे. अस्वल घनदाट जंगलात राहते. मध्य प्रदेश सरकारने वाघांच्या संरक्षणासाठी जवळजवळ दोनशे चाळीस

कि.मी. मध्ये अभयारण्याची निर्मिती केलेली आहे. सातपुडा नॅशनल पार्क पाचशे चोवीस किमीचा आहे. पचमढीच्या संरक्षक वनात दहा हजार वर्षांपूर्वीच्या मानवाने चितारलेली भित्तिचित्रे सुरक्षित ठेवलेली आहेत. मानवशास्त्र संशोधनाच्या दृष्टीनेही पचमढी हे तीर्थस्थळ आहे, तर भूगर्भशास्त्राच्या अभ्यासाच्या दृष्टीने पचमढी हे भूगर्भशास्त्रसंशोधनाचे आद्य पीठ आहे.

पचमढीला महाबळेश्वरसारखा गजबजाट नाही. वाहनांची गर्दी नाही. एकही परमिट रूम नाही. फक्त चार जणांना नेणारी जिप्सी गाडी व शांतता हे तर पचमढीचे खरे दागिने आहेत. पक्ष्यांची गाणी ऐकावीत ती पचमढीलाच! निसर्गाची आरती या निवांतातून गायली जाते. दिवसासुद्धा सांज घरात आली, असे आपल्याला वाटू लागते. निसर्गाची बोली शिकायची, तर तुम्ही पचमढीला जाऊन याच. प्रसिद्ध निसर्ग लेखक व्यंकटेश माडगूळकर यांच्या 'सत्तांतर' कादंबरीसारखा लाल तोंडाच्या माकडांचा मादीसाठी झुंजीचा जीवघेणा नजारा गुप्त महादेवाजवळ 'याचि देही याचि डोळा' पाहिला. सर्व प्रवासीही ती झुंज पाहताना थरारून गेले. भारतातल्या कोणत्याही थंडाव्याच्या ठिकाणापेक्षा स्वप्नातले गाव तुम्हाला पाहायचे असेल, तर पचमढी हेच अग्रक्रमाचे मानकरी असेल. शांता शेळके यांच्या कवितेत वर्णन करायचे तर,

जेथे मिळे धरेला आभाळ वाकलेले
अस्ताचलास जेथे रविबिंब टेकलेले
जेथे खुळ्या ढगांनी रंगीन साज ल्यावा

अनोळखी आसमंतावर कललेली अजस्र सांज, दबा धरून बसलेल्या श्वापदाचे सावध श्वास, तसा थबकून येणारा वाऱ्याचा आवाज... पचमढीला जायचे तर पिपारी या स्टेशनपासून पचमढी ५५ कि.मी. वर आहे. भोपाळपासून २१० कि.मी. वर, नागपूरपासून २५० कि.मी. वर आहे. ज्यांना अभ्यासासाठी जायचे आहे; त्यांनी फिल डायरेक्टर, पचमढी, सातपुडा नॅशनल पार्क, पचमढी, जिल्हा होशंगाबाद, मध्य प्रदेश, या पत्त्यावर संपर्क साधावा.

●

२.

वाघांचे नंदनवन - कान्हा अभयारण्य

भारत हा निसर्गसमृद्धीच्या दृष्टीने सुदैवी व संपन्न देश आहे. भारतात मध्य प्रदेश हा जंगलांच्या दृष्टीने सर्वांत भाग्यवान प्रांत आहे. विषुववृत्तीय घनदाट जंगलापासून सर्व तऱ्हेच्या प्राणिजगतातील बऱ्याच प्रजाती सुरक्षित राहतील, असे वातावरण मध्य प्रदेश सरकारच्या पर्यटन खात्याने निर्माण केल्यामुळे मध्य प्रदेशात पशू-पक्षी माणसांबरोबरच सुखात राहतात. मध्य प्रदेश सरकारने जाणीवपूर्वक प्रयत्न करून सातपुडा व विंध्य पर्वतांतील पर्वतराजींत कान्हा, बांधवगड, पन्ना अशी अभयारण्यांची साखळी निर्माण केली आहे. ज्या पर्यटकांना पशू-प्राण्यांबद्दल कुतूहल आहे, त्यांनी मध्य प्रदेशाच्या जंगलातून फेरफटका मारलाच पाहिजे.

इंग्रजांची भारताला मोठी देणगी अभयारण्यांची आहे. माणसे कृतघ्न असतात; पशू नसतात. भारताच्या माजी पंतप्रधान इंदिरा गांधी यांनी आपल्या हयातीत जर मोठे काम कोणते केले असेल, तर वन्य प्रकृती निधीमार्फत जंगलांतल्या चैतन्याचे संरक्षण केले. आज भारतात जंगलांचे सौंदर्य असलेल्या वाघाला चांदण्यांनी भरलेल्या दऱ्यांत, अंधाराने झाकलेल्या डोंगरांत बांबूपासून सालवृक्षापर्यंतच्या वनराईत इंदिरा गांधींनी रंगमंचच उभा करून दिला. वृक्षसंस्कतीचा आणि प्राण्यांचा जीवनसंदर्भ इंदिराजींना उमगला होता. त्यामुळेच लुकलुकत्या डोळ्यांची लक्ष-लक्ष हरणे, रुबाबात चालणारा वाघ, आपल्या खुरांनी पाने तुडवणारी सांबरे, रानडुकरांच्या पायांचा टप्-खूर, टप्-

खूर असा आवाज, अस्वलांच्या पायांचा चाड्-चूड, चाड्-चूड असा ध्वनी... सांबराच्या मादींची कॅक्-कॅक्, नरचितळ्यांचा कोहर ऽऽऽ कोहर ऽऽ असा आवाज, भेकराचा कुहु कुहु ऽऽ असा स्वर, नीलगाईचा भंक्-भंक् असा खर्ज ध्वनी, रानगव्याचा मुहुहुऽ मुहुहुऽ... अशा प्राण्यांना संरक्षित करण्यासाठी मध्य प्रदेश सरकारच्या मदतीने इंदिराजींनी खास राष्ट्रीय अभयारण्ये उभी केली.

मध्य प्रदेशात जंगलाचे क्षेत्र ३५५८६.९८६ चौरस किलोमीटर आहे. मध्य प्रदेशाच्या एकूण जमिनीपैकी ३०.८९ टक्के वनजमीन आहे. सर्व अभयारण्य सलग १०९८६.६५ चौ. किलोमीटरमध्ये आहे.

आशियातील श्रेष्ठतम असे प्राण्यांचे संरक्षित क्षेत्र 'कान्हा राष्ट्रीय उद्यान' हेच आहे. या उद्यानात बारा शिंगी हरणाला वाचविण्याचा खास प्रयत्न करण्यात आला आहे.

आज भारतात ८९ राष्ट्रीय उद्याने आहेत, तर ४८६ अभयारण्ये आहेत; परंतु त्यांच्या छोट्या आकारामुळेही प्राणिसंख्या राहत नाही; मारली जाते. म्हणूनच मध्य प्रदेश सरकारने प्राण्यांची संख्या वाढताच त्यांना दुसऱ्या जंगलात जाता आले पाहिजे, म्हणून विंध्य पर्वत आणि सातपुडा पर्वतातील जंगलांची साखळीच निर्माण केली आहे. कान्हा हे मध्य भारतातील उच्चतम ठिकाण आहे. इंग्रजांनी याला १९३५ मध्ये अभयारण्य घोषित केले, तेव्हा त्याचे क्षेत्र २५३ चौ. किलोमीटर होते. वन्य प्राणी संरक्षक प्रकृती निधीच्या अध्यक्षा इंदिरा गांधी झाल्यानंतर १९७३ मध्ये त्याचे क्षेत्र १९४५ कि.मी. इतके वाढविले. वाघ व अन्य प्राण्यांना त्यांनी राष्ट्रीय ठेवा मानले. कान्हा अभयारण्यात गुरांना आणि माणसांना बंदी आहे. पर्यटकांनाही फिरताना जीपमधून उतरू दिले जात नाही. हत्तीवरून फिरतानाही फक्त दोघांनाच जाता येते. या तिन्ही अभयारण्यांत चारच माणसांना नेणाऱ्या शुद्ध पेट्रोलवर चालणाऱ्या जिप्सी जीपनाच प्रवेश असतो.

कान्हा अभयारण्यात फिरताना चितळांच्या झुंडीच्या झुंडी तुम्हाला सामोऱ्या येतात. बाराशिंगी हरीण जगातून नष्ट होत चालले होते; परंतु प्रयत्नपूर्वक ते वाचविल्यामुळे बाराशिंगी हरणांची संख्या साडेतीनशेंपर्यंत वाढली. कान्हा अभयारण्यात हे बाराशिंगी तुम्हाला आपल्या शिंगांचा डौल दाखवतात. धिप्पाड सांबरे आडवी जातात. रानगवा आणि रानम्हशी आपल्या मंदगतीने रस्ता पार करताना दिसतात. कान्हा अभयारण्यात जीपमधून खाली उतरायला बंदी असते; कारण कान्हातील बिबटे झाडांवर चढतात.

'कान्हा', 'बांधवगड' ही दोन अभयारण्ये पक्ष्यांच्या दृष्टीनेसुद्धा समृद्ध आहेत. मोर, मोरांचे थवे तेथे दिसतात. नीलकंठ गाताना दिसेल. धनेश झाडांमधून

डोकावेल. उडती खार दिसेल. सारस पक्ष्यांची जोडपी दिसतील. मैना-मुनिया यांच्या तर झुंडीच आहेत. जवळजवळ २६० प्रजातींचे पक्षी कान्हा अभयारण्यात वाघासमवेत सुखाने, सुस्वराने गातात.

कान्हा अभयारण्यात तीन दिवस मी राहिलो होतो. पचमढीचे जंगलही पायांखाली तुडविले होते. या जंगलात लाल तोंडाच्या माकडांची संख्या प्रचंड आहे. काळ्या तोंडाच्या माकडाला 'लंगूर' म्हणतात. काळ्या तोंडाच्या माकडाची शेपूट लांब असते. ते शक्यतो जंगलांमधील उंच झाडांवर अधिक राहते, तर लाल तोंडाच्या माकडाची शेपूट लहान असते. लाल तोंडाचे माकड बुद्धिमान असल्यामुळे माणसे त्याला आपल्याजवळ बाळगतात. आपण रस्त्यावरच्या माकडाच्या खेळवाल्याकडे पाहिल्यास सहज लक्षात येईल, की त्याच्याजवळ लाल तोंडाचे माकड असते. काळ्या तोंडाचे माकड म्हणजे लंगूर हे शाकाहारी असते, तर लाल तोंडाचे माकड किडे, अंडेही खाते. लाल तोंडाचे माकड अधिक सामाजिक आहे. कान्हा अभयारण्यात या माकडांना मी पोहतानाही पाहिले. लाल तोंडाच्या माकडाला असंख्य कंठध्वनी काढता येतात. मध्य प्रदेशातील कान्हा, बांधवगड, माधव, सातपुडा अभयारण्यात हजारोंच्या संख्येने माकडांचे कळप आहेत. माकडांनी आवाजाने इशारा देताच हरणे वाघापासून बचाव करण्यासाठी पळतात.

मध्य प्रदेशातील कान्हा अभयारण्याचे खरे वैभव तिथे असलेल्या वाघांत आहे. मध्य प्रदेशाच्या या १४५० किलोमीटरच्या जंगलात सातत्याने प्रयत्न केल्यामुळे आज १२८ पट्टेरी वाघ आणि ९६ बिबटे आपले अस्तित्व ठेवून आहेत. यामुळेच इ. स. १९९९ पासून २००२ पर्यंत 'बेस्ट फ्रेंडली टुरिझम नॅशनल पार्क'चा पुरस्कार या अभयारण्याला मिळाला. दर ८ किमीला एक वाघ तुमच्या स्वागताला येईल. बांधवगड अभयारण्यात पट्टेरी वाघांची संख्या ५९, तर बिबट्यांची ४९ आहे. पन्ना राष्ट्रीय उद्यानात पट्टेरी वाघ ३३ आणि बिबटे ३० आहेत. मध्य प्रदेश शासनाने विंध्य पर्वतांतील ३२ पहाडांनी वेढलेल्या घनदाट जंगलात बांधवगड अभयारण्य आहे. मी जेव्हा महाराष्ट्र सरकारच्या वननीतीची तुलना करतो, तेव्हा लक्षात येते की, महाराष्ट्राचे वन आणि पर्यटन खाते यांनी जंगली प्राण्यांचे संरक्षण कसे करावे, हे मध्य प्रदेश सरकारकडून शिकावे. वाघाने एक प्राणी खाल्ला, तर तो कोणावरही हल्ला करत नाही. शेजारून जरी गेला तरी तो हल्ला करणार नाही. अथर्व वेदात सांगितले आहे —

सिंहो प्रतीकों विशो अद्धि सर्था।
व्याघ्र पतिको बाघस्व शत्रून्।।

माणसानेच जर त्याची छेड काढली, तरच तो आक्रमण करतो. कान्हा

अभयारण्यात अगदी दहा फुटांवरून शिकार करून सुस्तावलेली पिवळे, भुरे व काळे पट्टे असलेली आणि सफेद छाती असलेली एक वाघीण आणि तिचे दोन बच्चे जवळून पाहिले. दिवसभर बांबूच्या छायेत आराम आणि रात्री शिकारीसाठी भ्रमण. वाघाला १५ ते २० किलो मांस रोज लागते. चितळ, बाराशिंगा, नीलगाय, रानडुक्कर व लंगूर हे त्याचे मोठे अन्न आहे. डौलात जाणाऱ्या बिबट्यालाही मी येथे पाहिले. बिबट्या मोठा हुशार प्राणी! तो वाघाच्या शिकारक्षेत्रापासून दूर राहतो. कान्हा अभयारण्यात दोन ते सातच्या संख्येने राहणारे लांडगे आमच्या नजरेला नजर देऊन गेले. जंगली कुत्र्यांच्या नऊ ते अकरा संख्येच्या झुंडी चितळांच्या अवती-भवती रेंगाळताना दिसत होत्या. मी ज्या ठिकाणी वाघ पाहिला, त्या ठिकाणी वाघाची दुसऱ्या दिवशी ठेवलेली शिकार कोल्हा व तरस उचलण्याच्या प्रयत्नात होते.

कान्हा व बांधवगड अभयारण्यात वारुळांची प्रचंड संख्या आहे. मधाची पोळीही लटकत असतात. वाघाइतकीच कान्हा अभयारण्यात अस्वलांची आबादी आहे. बाराशिंगा याला 'हार्ड ग्राऊंड बाराशिंगा' म्हणतात. हा दलदलीच्या रस्त्यावर आम्हाला सामोरा गेला. त्याच्या शिंगाला चौदा फाटे होते. चितळ हे हरीण तर जंगलाचे चैतन्य आहे. मध्यम वजनाच्या चितळांच्या झुंडी बाराशिंगा व सांबराबरोबर चरताना दिसत होत्या. जीपच्या आवाजाने, जीपच्या वेगापेक्षा अधिक वेगाने पळणारी चितळे पाहण्याचे नेत्रसुख अनुभवायचे असेल तर कान्हा व पन्ना अभयारण्यात जावेच लागेल.

कृष्णमृग म्हणजे कान्हाचे चैतन्य! हा पाणवठ्यापेक्षा खुल्या गवताळ जागेत दिसतो. बारा ते तेरा फूट लांबीची उडी मारणारा कृष्णमृग माझ्या डोळ्यांचे पारणे फेडीत होता. त्याच्या पायाला जणू स्प्रिंगा लावलेल्या होत्या. नीलगाय, चौसिंगा, नरगौर असे असंख्य प्राणी या जंगलात राहतात. कान्हा अभयारण्यात जवळजवळ २२,००० चितळ आणि हरणांच्या जातींतील प्राण्याचे चैतन्य या जंगलाला फुलवत असते.

साप, अजगर, कोब्रा, एग-इटिंग स्नेक, उल्फ या सरपटणाऱ्या सापाच्या जाती या तिन्ही अभयारण्यांत आहेत. आमचा संरक्षक असलेला बंदूकधारी फॉरेस्ट गार्ड मी खाली उतरताच म्हणाला, ''साब, साप आपको काट सकता है। गुलबाग (बिबट्या) कहींसे आपकी गर्दन पकड सकता है। नीचे मत उतरिये।''

या सुंदर जंगलात जायचे तर जबलपूरमार्गे जाता येते. जबलपूरपासून हे स्थान १६० किमी. आहे. रायपूरपासून १७८ किमी आहे. मध्य प्रदेश सरकारने येथे देखण्या झोपड्या, बंगले, बांधले आहेत. सफारी लॉज आहेत. जर तुम्हाला

जायचे झाले तर मध्य प्रदेश राज्य पर्यटन विकास निगम, रेल्वे स्टेशन बिल्डिंग, जबलपूर, मध्य प्रदेश, फोन नं. (०७६१) २३२२१११, २३२१४९० येथे अगर मध्य प्रदेश राज्य पर्यटन विकास निगम, चौथा मजला, गंगोत्री, टी. टी. नगर, भोपाळ, फोन नं. (०७५५) ५५४३४० फॅक्स - (०७५५) ५५२३८४ यांच्याशी संपर्क साधावा.

मी कान्हा अभयारण्यातील प्राण्यांच्या चतु:पादांची सोन्याची लूट पाहिली. कान्हा अभयारण्यातील गव्यांचा, वाघांचा, चितळांचा निरोप घेताना ते प्राणी मला म्हणाले,

या माझ्या पानापानांतून शिकून हो
निसर्गातील आदरणीय आणि स्वाभाविक जीवन जे तुला शहरात
गजबजलेल्या रस्त्यात कुठे मिळणारच नाही
मातीतून जन्मलेल्या मानवा
तुझे खरे मोल समजून घे
इथे नम्र हो, तुझ्या निर्मात्याला धन्यवाद दे,
आणि मग तुझी पावले तुझ्या घराकडे वळू देत.

३.

खजुराहो म्हणजे कामशिल्पे नव्हेत!

भारतातील बहुसंख्य पर्यटक खजुराहो व कोणार्क आणि आसामामधील कामाख्या मंदिराला आवर्जून भेट देतात. केवळ मंदिरदर्शनासाठी येणाऱ्या परदेशी पर्यटकांसाठी विमानतळ असलेले हे एकमेव मंदिरांचे ठिकाण आहे. या मंदिरांत असे काय आहे, की ज्यामुळे पर्यटकांची विशेषत: तरुण-तरुणींची झुंबड येथे उडते? बहुसंख्य पर्यटक केवळ स्त्री-पुरुषाच्या संभोगाची कामशिल्पे पाहण्यासाठी आवर्जून येतात व दाखविणारा गाईडही आपली रसाळ वाणी व मधूर भाषा, शेरोशायरी या कामशिल्पांच्या भोवती केंद्रित करतो. मी खजुराहोला तीन वेळा गेलो आहे व बारकाईने शिल्पांचे निरीक्षण केले आहे.

मध्य प्रदेशातील छत्तरपूर जिल्ह्यात 'महोबा'च्या दक्षिणेस ३४ मैल अंतरावर 'जेजाकभुक्ती' (बुंदेलखड) वर राज्य करणाऱ्या चंदेलवंशीय राजाने दहाव्या, अकराव्या व बाराव्या शतकात येथे हिंदू व जैन मंदिरे बांधली. मूर्तिभंजक असल्यामुळे मुस्लिम बादशहाने ८०-८५ मंदिरांचा समूह तोडून टाकला. आता जेमतेम २५-३० मंदिरे उरली आहेत.

दहावे, अकरावे आणि बारावे शतक वैदिक धर्माच्या पुनरुत्थानाचे शतक होते. बौद्ध धर्माच्या प्रसारामुळे नकळत विरक्ती येऊन संसाराकडे पाठ फिरवणाऱ्यांची संख्या वाढली. भिक्षुक, भिक्षुणींचे संघ तयार झाले. नर्मदाकाठ हा शैवपंथीयांचा खास प्रांत! मध्य भारत हे भारतातील जैनधर्मीयांचे मोठे केंद्र! भगवान महावीरांनी आत्मक्लेशाला महत्त्व दिले, परंतु गृहस्थाश्रमाला

विरोध केला नाही. बौद्ध धर्मात निरासक्तीला महत्त्व आले. जीवनातील शृंगाररसाचा चोथाच होऊन गेला. अशा काळात तांत्रिक मार्ग, शैव-उपासना व शक्तिपूजा ही महत्त्वाची उरली. निवृत्तीइतकीच प्रवृत्ती जीवनरसात महत्त्वाची आहे. याच काळात भारतात वात्सायनाचे कामसूत्र लिहिले गेले. भारतीयांनी स्त्री-पुरुषांच्या कामक्रीडेला शास्त्रोक्त बैठक दिली. स्त्री-पुरुषांचे संबंध केवळ काही मिनिटांची एक शारीरिक कृती असे न मानता वात्सायनाने दांपत्यजीवन अधिक रसाळ व्हावे आणि नर व नारी यांच्यात समर्पण भावना वाढवावी, या हेतूने कामसूत्र लिहिले. या कामसूत्राला शिल्पकारांनी दगडात, पाषाणात रेखीव रूप दिले. याच शतकात मंदिरकला पराकोटीला पोहोचली होती. मूर्तिकलेचा परमोत्कर्ष झाला होता. राजांची रसिकता, शिल्पकारांची बोटे, छिन्नीतील जादू आणि धार्मिक तत्त्वज्ञानाची बैठक यातून भारतभर कामशिल्पं असलेली मंदिरे निर्माण झाली.

स्टँडस्टोनचा दगड आणि घनदाट जंगल यामुळे या मूर्ती सुरक्षित राहिल्या. खजुराहोच्या मंदिरांतील 'कंदार' या महादेवाच्या मंदिरातील गणेशमूर्ती देखणी आहे. धर्माच्या ठिकाणी जायचे, तर ती जागाही सौंदर्यशालीन असली पाहिजे. 'कंदार' या महादेवाच्या १०२ फूट उंचीच्या ६७ फूट रुंदीच्या भव्य मंदिराच्या गाभाऱ्यात शिवलिंग आहे. भारतीय मंदिरशास्त्रात मंदिरप्रवेश अर्धमंडपातून झाला पाहिजे. मग मंडप, नंतर महामंडप, आतमध्ये गाभारा अशी रचना असते. प्रत्येक दगड चुन्यावाचून परस्परांच्या खाचेत बसविलेला असतो. मंदिराच्या छतावर सुंदर नक्षीकाम तर असतेच; त्यात पाने, फुले यांना महत्त्वाचे स्थान दिलेले असते. हत्ती, सिंह या प्राण्यांचा आधार असतो. भारतात मंदिरांवर यक्ष, किन्नर, गंधर्व यांच्या मूर्तींना स्थान असते. भारतीय शिल्पकारांनी स्त्रीच्या शरीररचनेला आपल्या शिल्पात महत्त्वाचे स्थान दिलेले आहे. तिचे सोळा शृंगार मंदिरांवरील मूर्तीत आले पाहिजेत. स्त्रीच्या भाव-भावनांचे असंख्य कल्लोळ पाषाणात त्यांनी जिवंत केलेले आहेत. स्त्रीचे शिर, छाती, कटी, नितंब, नाजूक पाय यांचे उत्कृष्ट रेखाटन केले आहे. कंबरेपर्यंतचा एक-तृतीयांश भाग आणि कमरेखालचा दोन-तृतीयांश भाग असे डोळ्यांसमोर आणून कंदार महादेव, विश्वनाथ मंदिरात त्यांनी स्त्रियांच्या शिल्पांची गर्दी केली आहे. कुंकू लावणारी स्त्री, आरसा हातात घेऊन 'सांगा दर्पणा, मी कशी दिसते?' अशा थाटात आरशाकडे पाहणारी, आपल्या प्रियकराला पत्रलेखन करणारी, आपल्या सखींच्या मदतीने दागिने घालून घेणारी, नर्तन करणारी असंख्य शिल्पे आहेत. ज्यांना स्त्रियांच्या पद्मिनी रूपाची प्रचिती घ्यावयाची असेल, त्यांनी 'खजुराहो' हे शिल्पशास्त्र व मूर्तींच्या दृष्टीने पाहावे.

सामान्य रसिकांच्या दृष्टीने त्यांनी कंदारिया महादेव व विष्णुमूर्ती असलेले

खजुराहो म्हणजे कामशिल्पे नव्हेत! / २३

त्रिमुखी विष्णूचे लक्ष्मणमंदिर डोळ्यांखाली घालावे. या विष्णुमूर्तीला मधले मुख मानवाचे, एका बाजूला वराहाचे, दुसऱ्या बाजूला नरसिंहाचे! गाभाऱ्याच्या द्वारावर लक्ष्मीची मूर्ती, पट्टीवर नवग्रहमाला, द्वारस्तंभावर समुद्रमंथनाचा देखावा, विष्णूच्या अवतारांची वेलबुट्टी कोरलेली आहे. मंदिराच्या प्रारंभी चौथऱ्यावर हत्ती, सिंह, माकड, वृक्षवेली आहेत. खजुराहोत चौथऱ्याला लागूनच प्रत्येक मंदिरात वाद्यवृंदाची म्युरल्स आहेत. पखवाज, मृदंग, झांजा यांचे आणि मुख्य गाईचे शिल्प उठावदार आहे. या शिल्पाबरोबरच युद्धासाठी निघालेला राजा, रथ, ध्वजदंडधारी, तलवार, भाले घेतलेले सैनिक यांचा समूह उठून दिसतो.

कंदारिया महादेव असो अगर लक्ष्मण मंदिर असो; येथे उंचीवर भव्य अशा स्त्रीशिल्पांबरोबर उमा-महेश्वर, लक्ष्मीनारायण-विष्णू यांचे विविध अवतार कोरलेले आहेत. येथे चढत्या श्रेणीने कामशिल्पे आहेत.

ही कामशिल्पे काहींना विकृत वाटतील. सरंजामवादी राज्यव्यवस्थेत राजाला लैंगिक शिक्षण देण्यासाठी दास-दासी असत. या दास-दासी त्यांना कामक्रीडेचे शिक्षण देत. त्याची असंख्य शिल्पे आहेत. चुंबन हे कामवासना उत्तेजित होण्याचे पहिले शस्त्र आहे. काही चुंबनदृश्ये आहेत. स्त्री-पुरुष एकांतात रत होताना आपल्या मुखाला अत्यंत महत्त्वाचे स्थान देतात. 'नाही', 'हो' या शब्दांना केवळ चेहऱ्यातीला भावाने व्यक्त केलेले आहे. मुखमैथुन हे स्त्री-पुरुष दोघेही करणाऱ्या असंख्य मूर्ती आहेत. कामशास्त्रात आलिंगनाला व मिठीला आद्यक्रम दिला जातो. स्त्री-पुरुषाच्या आलिंगनाची अनेक शिल्पे खजुराहोत सुरक्षित आहेत. या सर्वांचा उत्कट बिंदू शारीरिक मीलनात येतो. तो उत्कर्ष बिंदू स्त्रीला वर उचलून घेणे, ओणवे होणे अशा असंख्य कामक्रीडा प्रकारांची सुंदर शिल्पे या मंदिराच्या उंच शिखरावर अधिक आहेत. आज आपल्याला ते विकृत वाटेल. मात्र, याबरोबर मातृभावनाही आहेत. मुलाला स्तनपान देणारी आई ही येथे आहे. केवळ कामशिल्पांची गर्दी नाही.

जैनांच्या मंदिरात विष्णू-लक्ष्मी या हिंदू देवता आहेत; परंतु पार्श्वनाथ, आदिनाथ, शांतिनाथ या मंदिरांवर कामशिल्पे अजिबात नाहीत. घंटा व साखळ्या, अप्सरा व किन्नरांच्या मूर्ती आहेत. खजुराहोच्या प्रत्येक मंदिराभोवती चार उपमंदिरे असतात. ही पंचायतन शैली आहे. ही उपमंदिरे तोडण्यास सोपी असल्याने मूर्तिभंजकांनी ती नष्ट केली आहेत. या मंदिरांतील कोणत्याही मूर्तीची पूजा होत नाही. मातंगेश्वराच्या मंदिरावर कोणतेही कामशिल्प नसल्यामुळे त्याची पूजा केली जाते. काही मंदिरांवर ऋषींचे तप, योग्यांची ध्यानधारणा व देवांच्या लीला, विष्णू, शिव, सरस्वती, गंगा, गंधर्व इ. देवतांच्या मूर्ती आहेत.

घंटामंदिरात घंटा आणि साखळ्यांचेच नक्षीकाम आहे. भगवान महावीरांच्या

आईला पडलेली सोळा स्वप्ने प्रतीक रूपाने घंटामंदिरात कोरलेली आहेत. एका मंदिरात पद्मासनातील बुद्धांची मूर्ती आहे, परंतु आधिराज्य आहे ते विष्णूचे आणि सांबसदाशिवाचे!

खजुराहोला भेट देताना केवळ कामशिल्पे पाहायची म्हणून भेट देऊ नका. आंबटशौकापेक्षा मूर्तिकलेसंबंधीतील सौंदर्य म्हणून या शिल्पांकडे पाहा. कोणार्कची शिल्पे समुद्री हवेमुळे झिजून गेली आहेत, तर खजुराहोतील कामशिल्पे आज सुस्थितीत आहेत. मध्य प्रदेश सरकार व भारताचे पुरातत्त्व खाते यांनी या मूर्तींचे उत्कृष्ट संरक्षण केले आहे.

नेहमीच्या कामातून, धावपळीतून ही शिल्पे पाहावीत. प्रौढ वयातही एकमेकांशी संवाद करावा, सहवासाची ओढ वाटावी, तो सहवास टिकून ठेवावासा वाटावा— असे दांपत्यजीवनातले अनुभव घ्यावयाचे असतील, तर खजुराहोला भेट द्या. शिल्पे मात्र एकदा गाईडने दाखवल्यावर पुन्हा समुदायापासून वेगळे होऊन पाहा. तुमचा गद्धेपंचविशीतला रोमान्स सत्तरीतही टिकवून ठेवण्याचे सामर्थ्य खजुराहोच्या शिल्पांत नक्कीच आहे, हे मी विनासंकोच मान्य करतो.

तीस-पस्तीस वर्षांपूर्वी माझा एक मित्र लग्न करीत नव्हता. ब्रह्मचर्य हेच जीवन, या व्रतावर त्याचा विश्वास होता. मी त्याला खजुराहोला घेऊन गेलो. येताच त्याने दाद दिली, ''हमें शादी करनी है, दुल्हन ढूँढो।'' एवढी प्रेरणा नक्कीच खजुराहोमध्ये आहे. कामाची तृप्ती, निसर्गप्रेमाची दृष्टी, शिल्पशास्त्राची रूपरंगांची कोडी पाहायची असतील; तर शतकानुशतके ऊन-पावसात उभी राहिलेली ही मंदिरे मुद्दाम पाहा. कोणत्याही वयात मनाला पालवी फुटेल. सहजीवनात आपण दगड-धोंड्यांची ठेचकळणारी वाट तर तुडवतोच. माझ्याबरोबरीच्या ज्येष्ठ नागरिकांच्या पानगळीच्या ऋतूमधल्या तिन्हीसांजा खजुराहोत नकळत फुलल्या असतीलच.

स्त्री-पुरुषांच्या सहजीवनाच्या प्रदीर्घ प्रवासाची तयारी करताना असो किंवा वृद्धत्वातील असो; ही मंदिरे पाहाच. तुम्हाला येथे राहावेसेच वाटेल. तुमचे अंतर्मन सांगेल, 'माय मॅरेज वर्क्स प्रिटी वेल!' खोलीत आल्यावर 'आ गले लग जा' असे नकळत होईल. भारतीय शिल्पकारांनी नजरेचा संवाद येथे घडविला आहे. हजारो-लाखो शब्द जे करू शकणार नाहीत, ती जादू घडविण्याची ताकद भारतीय शिल्पात आहे, याची अनुभूती येथे येते.

खजुराहोला जबलपूरहून जाता येते. 'सतना' स्टेशनवर उतरून जाता येते. गेल्यानंतर येण्याची घाई करू नका. दोन दिवस राहा. सौंदर्यशास्त्राच्या दृष्टीने प्रत्येक शिल्प निरखून पाहा. तुमच्या गालावरची खळी नकळत खुलेल.

●

४.

भेट नव्या व जुन्या चित्रकूटची!

चित्रकूट मी प्रथमच पाहत होतो. सुरेख निसर्ग, एक प्रकारची आध्यात्मिक शांती यामुळे चित्रकूट प्राचीन काळापासून प्रसिद्ध होते. डॉ. राममनोहर लोहियांनी एकदा राममेळ्याची कल्पना मांडली होती व त्यामुळे मला या ठिकाणाबद्दल सुप्त आकर्षण होते. भारताच्या प्रसिद्ध तीर्थस्थळांत चित्रकुटाची गणना केली जाते. रामभक्तांसाठी तर चित्रकूट श्रद्धा, भक्ती आणि विश्वासाचे केंद्र आहे. वाल्मीकी रामायणात भगवान वाल्मीकींनी चित्रकुटाची महती वर्णन केली आहे.

यावता चित्रकूटस्य नरः शृङ्गाव्यवेक्षते।
कल्याणानि समाप्टाते न मोहे कुरूते मनः ॥

गोस्वामी संत तुलसीदासाने रामचरितमानसात चित्रकुटाच्या ऐतिहासिकतेचे वर्णन केले आहे. मर्यादा पुरुषोत्तम प्रभू रामचंद्रांचे येथे ११ वर्षे वास्तव्य होते. अत्री ऋषी, वाल्मीकी, संत तुलसीदास, अकबराच्या नवरत्नांतील सेनापती रहीम व तानसेन यांचेही येथे वास्तव्य होते. या स्थानाला मंदाकिनी नदी, तिच्याजवळच्या असंख्य वनस्पतींनी वेढलेला निसर्ग, पावसाचे पाणीही येणार नाही अशा स्टँडस्टोन दगडांतील गुहा— यामुळे येथे भाव, ज्ञान, वैराग्य आणि भक्ती यांची ऊर्जा निर्माण न झाली, तरच नवल! अयोध्याकांडात भगवान वाल्मीकींनी रामाच्या तोंडूनच चित्रकूटचे वर्णन केले आहे.

तन्तु पर्वत मासादय नाना पक्षिगणां युतम् ।
बहुमूल फलं रम्यं सम्पन्नं सरसोदकम् ॥

मनोज्ञेय गिरिः सौम्य नाना द्रुम लतायुक्तः ।
बहुमूल फलो रम्यः स्वाजीव प्रतिभातिमे ॥
- अयोध्याकांड, सर्ग ५६, श्लोक १३, १४.

रामाने लक्ष्मणाला आणि सीतेला सांगितले, येथे पक्ष्यांची गर्दी आहे. स्वादिष्ट फळे आणि कंदांचीही खाण आहे. असंख्य ढग या पर्वताला स्पर्श करतात. पृथ्वीच्या गर्भातून सुंदर शिखरे असलेला हा पर्वत लावण्य म्हणजे काय, या शब्दाची फोड करतो. या ठिकाणातून वाहणाऱ्या मंदाकिनी नदीचे पाणी हे तर मोतिया रंगाचे आहे. अयोध्येपेक्षाही हे मला अधिक प्रिय आहे. कालिदासाने रघुवंशात चित्रकूटचे वर्णन केले आहे.

धारास्वनोद गारिदरी मुखोऽसौ श्रंगाग्र लग्नाम्बुद वपु पकः
वघ्नाति मे वन्धुरगाभिक्षुदृप्तिः कुकुद भानिव चित्रकूट ॥
–रघुवंशम् - सर्ग ४७, श्लोक १३

अशा या चित्रकुटात प्रभू रामचंद्राने अकरा वर्षे वास्तव्य केले होते. या चित्रकुटात मंदाकिनी नदीजवळ स्वच्छ, सखोल पाण्याचा डोह आहे. तेथे जानकी स्नान करायची, म्हणून जानकीकुंड नावाने ते प्रसिद्ध आहे.

कामतानाथ या पर्वतात स्टँडस्टोन दगडातील गुहेत प्रभू रामचंद्रांचे वास्तव्य होते. या प्रचंड मोठ्या गुहेला तीन तोंडे आहेत. एका बाजूला सीतारसोई, दुसऱ्या बाजूला रामशैय्या अशी ठिकाणे आहेत. तिसऱ्या तोंडाला पाण्यातून जावे लागते. त्या पाण्यातून गेल्यानंतर जलाभिषेकी शिव आपल्याला वंदन करायला लावतो. मध्य प्रदेश सरकारने या गुहेत विजेची सोय केलेली आहे.

रामघाटाच्या जवळच या गुहेजवळ एक स्फटिक शिला आहे. येथे उमटलेली पावले सीतेची आहेत, असे मानले जाते.

चित्रकुटाची एक कथा महर्षी अत्री व त्यांची पत्नी अनसूया आणि भगवान दत्तात्रेयांशी संबंधित आहे. सहाव्या शतकात स्वामी परमानंदहंसांनी येथे आश्रम स्थापित केला होता. आज त्या आश्रमावर अनसूयेचे मोठे मंदिर आहे. अनसूया म्हणजे जी कोणाचीही असूया करीत नाही, ती. बारा वर्षे येथे पाऊस पडला नाही, तेव्हा अनसूयेने व्रत केले. भगवान रामचंद्रही तिच्या दर्शनाला आले. गोस्वामी तुलसीदासाने त्याचे वर्णन केले आहे.

एकई धर्म एक व्रत नेमा, काम वचन मन पतिपद प्रेमा ।
बिन श्रम नारि परमगली लहई, पतिव्रत धर्म छांडि छल गहई ॥

अनसूयेच्या पातिव्रत्य परीक्षेसाठी ब्रह्मा, विष्णू, महेश अवतरले. या देवांना तिचे अनावृत्त शरीर पाहावयाचे होते. परपुरुषासमोर कोणतीही स्त्री अनावृत्त होणार

नाही. अत्री ऋषींनी आपल्या पत्नीला सांगितले, त्यांना बालरूपात आण. ब्रह्मा, विष्णू, महेश हे बालरूपात आले. ते दत्तात्रेय झाले. बालक निरागस असते. आईचे स्तन चोखताना त्याच्या मनात कोणताही कामभावना नसते. स्त्रीच्या डोळ्यांत असते ते वासल्याचे तेज, समाधान!

या परमहंस आश्रमात असंख्य पौराणिक दृश्ये म्युरल्सच्या स्वरूपात चित्रित केली आहेत. या ठिकाणी माझ्या मनात आले की, भारतीय मिथकात पातिव्रत्य ही स्त्रीचीच मक्तेदारी मानून तिच्याच परीक्षा घेतल्या गेल्या. सीता, अहल्या, तारा, मंदोदरी आणि अनसूया या भारतीयांच्या पुरुषप्रधान धर्मसाधनेची प्रतीके आहेत.

भगवान रामचंद्राला गोदावरीचे आकर्षण होते. गोदावरी गुप्त स्वरूपात चित्रकुटावर आली. रामचंद्राच्या स्पर्शाने ती पावन झाली. प्रभू रामचंद्राला घेऊन नाशिककडे पंचवटीला आली. सागवानाची व सालवृक्षाची येथे प्रचंड गर्दी! त्यामुळे याला दंडकारण्यही म्हणतात.

या मंदाकिनी नदीच्या पर्वतातून अनेकमुखी झरे वाहत असतात. लंका जाळल्यानंतर हनुमानाला दाह झाला. तो दाह दूर करण्यासाठी प्रभू रामचंद्राने सांगितले की, 'तू चित्रकूट पर्वतावर जा; तेथील थंड जलधारा तुझा दाह कमी करतील.' हनुमानाच्या आपण अनेक मूर्ती पाहतो, परंतु येथे पंचमुखी हनुमान आहे. याच ठिकाणी 'भरतकूप' आहे. भरत येथून परत गेला. त्याने प्रभू रामचंद्राच्या तीर्थस्नानासाठी आणलेला घडा येथे उलटा केला, कारण राज्यासक्ती त्याला नव्हतीच. त्याने ओतलेल्या तीर्थाबद्दल तुलसीदास लिहितात,

भरत कूप अब कहिहहि लोगा, अति पावन तीरथ जल जोगा ।
प्रेम सतेम निमज्जत प्रानी, होइहहि विमल करम मन बारी ।।

चित्रकुटातील प्रत्येक दगड व झऱ्याशी रामकथा आणि हनुमानकथेची मिथके जोडलेली आहेत. या नदीत माशांची मोठी संख्या आहे. त्यामुळे प्रदूषणविरहित अशा या स्वच्छ पाण्याला जानवीतोय म्हणत. ते पिण्यास हरकत नाही.

रामकथेचा गुंता सोडवत मी दीनदयाळ शोध संस्थानात १९७० ते ९० च्या दशकांतील चाणक्य समजल्या जाणाऱ्या नानाजी देशमुखांची मुद्दाम भेट घेतली. ९३ वर्षांचे नानाजी देशमुख दृष्टिदोष येऊनही तेजस्वी होते. त्यांची दाढीधारी शरीरकाया तेजस्वी होती. त्यांच्या खोलीत फक्त महात्मा गांधी, जयप्रकाश नारायण आणि पं. दीनदयाळ उपाध्याय यांच्याच प्रतिमा होत्या. मी राजकारणाचे संदर्भ समजावून घेतले तेव्हा प्रचलित राजकारणाबद्दल ते म्हणाले, ''पक्षामागे नेते नसून नेत्यामागे पक्ष आहे. व्यक्तिनिष्ठ पक्ष कोणीही खरेदी करू शकतो. व्यक्तिनिष्ठ पक्षशाही भारताच्या राष्ट्रीय एकात्मतेला आणि एकतेला मोठा धोका आहे.''

नानाजींनी येथे दीनदयाळ शोध संस्थानच्या रूपाने त्यांच्या मनातील रामराज्य वास्तवात आणले आहे. रामाने अयोध्येला न जाता चित्रकुटात राहून आदिवासींची सेवा केली. गरिबांची सेवा करणारा, त्यांच्यासारखेच भोजन घेणारा, त्यांच्यासारखीच वेशभूषा करणारा राम हा आदर्श नेता होता, हे दाखविण्यासाठीच नानाजींनी येथे पाच राममंदिरे बांधली आहेत. पण ही मंदिरे नसून जगात येथे जेथे रामकथा पोहोचली, त्याची चित्ररूपे आहेत. एक प्रकारे रामाच्या जीवनातील सुरेख चित्रांचीही आर्ट गॅलरीच आहे.

नानाजींनी मला सांगितले, "स्वातंत्र्याचा अर्थ स्वत:च्या पायावर उभे राहणे, राष्ट्र निर्मितीक्षम बनविणे; परंतु गेल्या ५० वर्षांत भारतीय जनतेला शासन आणि सरकारी नोकरशाहीवर अधिकाधिक अवलंबून राहावे लागत आहे. सरकारही स्वत:च्या पायावर उभे राहण्यापेक्षा बहुराष्ट्रीय कंपन्या आणि परदेशी अर्थसंस्थांच्या मदतीवर अवलंबून राहत असल्यामुळे आपल्या राष्ट्राचे आपण शिल्पकार आहोत, हा आत्मविश्वास तरुण गमावून बसला आहे."

नानाजींनी यासाठीच कोरी पाटी असलेल्या आदिवासींमध्ये आत्मविश्वास निर्माण केला. दीडशे गावांत कोर्टबाजी नाही. आदिवासी मुलांना त्यांच्याच बोलीभाषेतील पुस्तके तयार करून त्यांतून शिकवून मातीशी नाळ न तोडता त्यांनी प्रबोधित केले. विंध्याद्री व सातपुडा पर्वत वनश्री व औषधी द्रव्यांचा खजिना आहे. प्रख्यात उद्योगपती जे. आर. डी. टाटा यांच्या नावाने आयुर्वेद व योगसंशोधन संस्था स्थापन केली आहे. जडीबुटीची जेवढी माहिती आदिवासींना असते, तेवढी इतरांना नाही. आदिवासींना त्यांनी वैज्ञानिक दृष्टी देऊन ती औषधे आधुनिक स्वरूपात नवीन प्रक्रियेने तयार करायला शिकविले. येथील आरोग्यधाम व आयटी पार्क हे तर बघण्यालायक आहे. अविवाहित राहून देशसेवा व संघटना बांधणी करणाऱ्या राष्ट्रीय स्वयंसेवक संघाच्या पारंपरिक परंपरेला येथे छेद दिला आहे. त्यांनी या ठिकाणी कार्यकर्त्यांना पत्नीसहित राहण्याची परवानगी दिली. आदिवासींच्या मुक्त कुटुंबव्यवस्थेशी सांधा जोडला. लालकृष्ण अडवाणीपेक्षा नानाजी देशमुखांनी रामदर्शन गॅलरी उभी करून रामप्रभाव कायम ठेवला. संघाच्या मुशीत वाढलेल्या नानाजी देशमुखांच्या विचारधारेबद्दल जरी मतभेद असले तरी सोळा वर्षे चित्रकुटात राहून जयप्रकाश नारायण यांना अभिप्रेत असणाऱ्या समग्र क्रांतीचे एक चालते-बोलते म्युरल त्यांनी उभे केले. त्या तप:पूत नेत्याचा आशीर्वाद घेत रामराज्याच्या स्वप्नात मी स्वत:ला हरवून बसलो.

चित्रकूट हे बांध-सतना रस्त्यावर आहे. या ठिकाणी अनेक साधूंचे आखाडे आहेत. मध्य प्रदेश सरकारच्या पर्यटनगृहात राहण्याची सुंदर व्यवस्था आहे. चित्रकूट

भेट नव्या व जुन्या चित्रकूटची! / २९

गावातील रामघाट सुंदर आहे, पण नदी गलिच्छ आहे. या गलिच्छ नदीतील बोटीतून फिरणे म्हणजे शिक्षाच! परंतु, सामान्य माणसांची भावभक्ती ते भगवान अशी भूमिका असते.

चित्रकुटाला सुंदर लाकडी खेळणी; तसेच प्रामुख्याने पोळपाट व लाटणी चांगली मिळतात. माझ्या बरोबरीच्या ज्येष्ठ भगिनींचा अभिप्राय होता की, या लाटण्याने पुरणपोळी छान लाटता येईल. गोयंका घाट व कामदगिरी पर्वतावर असंख्य दुकाने आहेत. माझ्याबरोबरचे ज्येष्ठ नागरिक भाविक व श्रद्धावान होते. त्यांना चित्रकूट यात्रा घडवताना संत तुलसीदासाचे वचन माझ्या डोळ्यांसमोर होते.

नर तन पाई पक्वनी तट राम भक्तिमय जीवऊँ ।
कामदगिरी परिक्रमा कर जीवना जन्म धन्य कर लीवऊँ ।
वृक्ष रूप जीवन जो पाऊँ तो प्रमोद वन मध्यही रहहूँ ।
मीन रूप जीवन जो पाऊँ तो जानकी कुंड ही नहाऊँ
पद रज बन प्रभू तीरथ की कोटि जन्म अध ताप मिटाऊँ ।

●

५.
देव पोलिसांच्या पिंजऱ्यात, का भक्तांच्या गराड्यात, का दलालांच्या ताब्यात?

ही गंगामाता तिच्या भक्तांचे सर्व मनोगत पूर्ण करते. आज गंगा प्रदूषित झाली आहे. बनारसचे सांडपाणी, अर्धवट जळलेली प्रेते यांनी ती पावन गंगा अपवित्र झाली आहे. तरीही गंगा आरतीचे दृश्य डोळ्यांसमोरून जाता जात नाही. या देशातील समस्त हिंदूंचे हास्य आणि स्वप्नांची प्रचीती गंगा काठावर येते.

कान्हा-भेडाघाट सोडतानाच आमच्याबरोबरचे वारकरी असलेले ज्येष्ठ नागरिक वालजीभाई उसळून आले. मला म्हणाले, ''नुसती झाडे, झरे पाहायला मी आलो नाही. मला अयोध्येच्या रामाला भेटायचे आहे. प्रयागाच्या तीर्थावर संगमात स्नान करायचे आहे. काशीला सेतू पूजा बांधायची आणि गयेला सर्व पितरांना श्राद्ध घालून सद्गती द्यायची आहे. तुमचे पर्यावरण गेले चुलीत!'' वालजीभाईंचा सात्त्विक संताप पाहिल्यानंतर माझ्या लक्षात आले की, माझ्याबरोबरच्या ज्येष्ठ नागरिकांच्या धार्मिक भावना व श्रद्धा महत्त्वाच्या आहेत. अंधश्रद्धा म्हणून खिल्ली उडवून त्यांच्या भावनांचा अनादर करण्याचा मला अधिकार नाही.

तीर्थराज प्रयाग
हिंदूधर्मीय अयोध्या, मथुरा, हरिद्वार, काशी, कांचीपुरी, अवंतिकापुरी, द्वारकापुरी या सात तीर्थस्थानांना स्त्रीलिंगी शब्द वापरतात. परंतु प्रयागला 'तीर्थराज' हा पुल्लिंगी शब्द वापरतात. गंगा-यमुनेचा संगम हा हिंदूंना सर्वप्रिय संगम आहे. सावळी

जमुना, पांढुरकी गंगा परस्परांत मिसळतात तेव्हा त्या दोन नद्यांवर संगमाची एक रेषाच दिसते. पं. जवाहरलाल नेहरूंचे दिल्लीला जाईपर्यंतचे दीर्घ आयुष्य प्रयागला गेले. त्यामुळेच पंडितजींनी आपल्या मृत्युपत्रात गंगेचे काव्यमय वर्णन केले.

या ठिकाणी स्त्रिया वेणीदान करतात. येथे राव-रंक, स्त्री-पुरुष समान आहेत. गंगेच्या पात्रात उतरताना पोलिसांच्या संख्येकडे माझे लक्ष गेले. माघ महिन्यात प्रयागला एक मेळा भरतो. या मेळ्यात स्नान केल्याने मनुष्याला अभयदान मिळते, अशी श्रद्धा आहे. माघी अमावस्येला सूर्य-चंद्र मकर राशीत असले व घनिष्ट नक्षत्र असले तर त्रिवेणीला कुंभ पर्व असते. मुलायमसिंह सरकारने आतापासूनच वाळवंटात रस्ते, शौचकूपे झोपड्या बांधायला सुरुवात तर केलीच आहे. विजेचे खांब, टेलिफोनची व्यवस्थाही आकार घेत आहे. माघ महिन्यात ५० लाख भाविक प्रयागस्नानाला येतील, हे गृहीत धरून वाळवंटात साधू-संन्याशांसाठी झोपड्या बांधायला सुरुवात केली आहे. मुलायमसिंह समाजवादी; परंतु साधू-संन्याशांना शरण गेल्याशिवाय सत्तेचे बूड स्थिर राहणार नाही, हा व्यवहारवाद त्यांच्याजवळ आहे. आतापासूनच वाळवंटात पोलिसांच्या दोन कंपन्या डेरा टाकून बसल्या आहेत.

माझ्याबरोबरच्या भगिनींचे वेणीदान, पुनर्लग्न हे सर्व विधी मी पाहत होतो. भारतीयांची धार्मिक मानसिकता बदलणे अवघड आहे. अलाहाबादच्या किल्ल्याखालील भुयारात साधूंचे आखाडे आहेत. येथे स्त्रियांनी जाऊ नये, कारण भांग पिऊन नशा केलेले साधू कधी कोणाच्या पावित्र्याचा बळी घेतील, याचा पत्ताच लागणार नाही. मला आश्चर्य वाटते की, या साधुपुंडाकडे अमाप पैसा येतो कोठून? पं. नेहरूंचे आनंदवन भारतीयांचे देशभक्तीचे धारातीर्थ! इंदिरा गांधींनी आपले घर, आतील सर्व मालमत्तेसहित राष्ट्राला अर्पण केले. पंडितजींच्या घरात जायलाही पोलिसांच्या चाचण्या! पंडितजी ग्रंथप्रेमी. राजकारणाच्या धावपळीतही पंडितजींनी वाचनसंस्कृतीची पूजा केली, ग्रंथलेखन केले. आज पंडितजींचे नाव घेऊन राज्य करणाऱ्यांनी थोडे वाचन-चिंतन केले तरी भारतातील गरिबांना ते न्याय देऊ शकतील. पंडितजींच्या घरात गेल्यानंतर पुस्तक खरेदी करणे आलेच. हे आनंदभवन कोट्यवधी लोकांच्या हृदयांचे प्रतीक आहे. नवनिर्मितीचा महान झोत येथूनच उसळला. आनंदभवनातील छायाचित्रे पाहताना राष्ट्राच्या भवितव्यातील महान घटना, दु:ख-वेदनांनी भरलेल्या घटना, त्यांच्या छाया येथे येतात. म. गांधी, पं. नेहरू, मोतीलाल नेहरू, सुभाषचंद्र बोस, आचार्य कृपलानी, सरदार वल्लभभाई पटेल अशा अनेक दिवंगत नेत्यांची छायाचित्रे पाहत मी माझी भक्तिपूजा त्यांना अर्पण केली. येथे राजकारण झाले, परंतु ध्येयाचे झाले. या कुटुंबातील माणसांनी अग्निदिव्य केले. वैयक्तिक आणि

राष्ट्रीय जबाबदाऱ्या पार पाडताना मृत्यूलाही ते सामोरे गेले. गंगा-यमुनेच्या संगमाइतकेच माझे हृदय येथे कृतज्ञतेने भरून आले. माझ्याबरोबरीच्या ज्येष्ठ नागरिकांना प्रयाग संगमात स्नान केल्याने अमृत पाथेय मिळाले, तर आनंदभवन व चंद्रशेखर आझादांची हौतात्म्य भूमी पाहून माझी राष्ट्रप्रेमाची श्रद्धा अधिक दृढ झाली.

अयोध्या-रामजन्मभूमी

अयोध्येला 'अवध-ए-शान' या मुस्लिम बांधवच्या सुरेख हॉटेलात मुक्काम टाकला. अयोध्या म्हणजे राम! अयोध्येइतका रामाचा सुरेख व्यापार कोठेच झाला नसेल. अयोध्येत रामाची शेकडो मंदिरे आहेत. प्रत्येकाला आपलाच 'राम' खरा वाटतो. आमच्या बरोबरचा गाईड रामजन्मभूमीच्या शिला दाखवत होता. 'राममंदिर बनेगा' अशी ग्वाही देत होता. तीन महिन्यांत मंदिर बांधता येईल इतकी सर्व तयारी परिपूर्ण आहे. सर्वांना औत्सुक्य होते बाबरी मशिदीच्या सपाटीकरणाचे व राजीव गांधींनी परवानगी दिलेल्या राममूर्ती दर्शनाचे! सगळीकडे लष्कराचा कडा पहारा!

मोबाईल, पाकीट, पेन्सिल, पेन, कंगवा, पर्स सर्वांनाच बंदी! कॅमेऱ्याला बिलकुल प्रवेश नाही. हजारोंची लाईन! आकाशापासून पायापर्यंत शरीराच्या उजव्या-डाव्या बाजूलाही लोखंडी पिंजरा... आपण प्राणि-संग्रहालयात आहोत, असेच मला वाटले! दीड किमी रांगेमधून जात होतो. आपादमस्तक, नखशिखांत शरीराची तपासणी होत होती. प्रभू रामचंद्रांच्या अयोध्यानगरीत भक्तांची कडक तपासणी, दहशतवाद म्हणजे काय, हे अयोध्येत गेल्यावरच तुम्हाला कळेल. राजीव गांधींनी परवानगी दिलेल्या दर्शनासाठीच्या प्रभू रामचंद्रांच्या छोट्या मूर्तीला नमस्कार ठोकला. 'हुश्शऽऽ' करीत बाहेर आलो. संत तुलसीदास यांच्या 'हनुमान चालिसामुळे' रस्तोरस्ती हनुमानाची मंदिरे आहेत.

संकट ते हनुमान छुडावै
मन क्रम वचन ध्यान जो लावै।

आमचा गाईड गोपालदास महंताच्या राममंदिरात आम्हाला घेऊन गेला. त्याचे जोरकस हिंदुत्ववादी भाषण झाले. हे खरे, की डमी महंत कळेनात. तो म्हणत होता, "हे रामचंद्र जन्मभूमी मंदिर न्यासाचे अध्यक्ष आहेत." त्याची फर्डेबाजी, वक्तृत्वकला पणाला लागली. माझ्याबरोबरच्या ज्येष्ठ नागरिकांच्या खिशांतून पाचशेच्या नोटा बाहेर येत होत्या. ना पावती, ना प्रसाद! मी एकमेव सोडून सर्वांनी देणग्या दिल्या; तेव्हाच धर्माची मदिरा किती परिणामकारक असते, याचा प्रत्यय आला. माझ्याबरोबर डॉक्टर्स, इंजिनिअर्स, ऑफिसर्स असलेले ज्येष्ठ नागरिक होते. परंतु एकाच्याही मनात, 'हे पैसे कुठे जाणार आहेत, कोणाला जाणार

आहेत', हा प्रश्नही स्पर्श करून गेला नाही. सांप्रदायिकतेचा हा 'मॅनिया' माणसाला किती अंध बनवतो, याचा प्रत्यय अयोध्येला आला. बिभीषण कुंड, मानसभवन, गुलाबवाडी, रामलल्ला, शरयू नदीवरील रामपौडी या सर्व ठिकाणी हाच अंधश्रद्धेचा उबग आणणारा खेळ छोट्या-छोट्या आवृत्तीने दिसत होता. गंगा-यमुनेइतकीच शरयू नदीही प्रभू रामचंद्रांमुळे लोकांच्या जीवनात जाऊन बसली आहे.

मी याचा अर्थ एवढाच काढला की, भारतीय माणसे आजही रामाकडे मानवी जीवनाचा आदर्श म्हणून पाहतात. भारतीय जनता पक्षाने धर्म आणि राजकारण, परमेश्वर आणि राष्ट्र यांची गल्लत केली. परंतु सर्व भारतीय जे चांगले, मंगल आहे; ते रामात पाहतात. रामाला 'मर्यादा पुरुषोत्तम' म्हणतात. रामाने कायद्याच्या मर्यादा सांभाळल्या होत्या. विश्व हिंदू परिषदेला हे मान्य आहे काय? परंतु आधुनिक रामभक्तांना कायद्याचे नियंत्रण मान्य नसल्यामुळे त्यांनी रामाला अपुरे ठेवले. राज्याचे कायदे व नियम यांचा आदर करणाऱ्या रामाला त्यांनी आपल्या असंयत प्रक्षोभाचे साधन केले; तर मुस्लिमांनी ज्यात कधी नमाज पढला गेला नाही, ज्या जागेला सार्वजनिक मलमूत्र विधीचे स्वरूप आले होते, त्या मशिदीला धर्माचे आद्यतत्त्व मानून या भूमीला जे जिहादाचे रूप दिले आहे; ते निंदनीय आहे. महंमद पैगंबरांना कोणीतरी विचारले, ''इस्लाम म्हणजे काय?'' ते म्हणाले, ''संयम आणि आज्ञापालन! सकाळपासून संध्याकाळपर्यंत आणि संध्याकाळपासून ते सकाळपर्यंत आपले अंत:करण द्वेषापासून मुक्त ठेव.'' परंतु, अयोध्येला मला दिसले, हिंदू-मुसलमानांनी रणभूमी बनविले आहे. मुस्लिम आणि हिंदू दोन्हीही 'एक थैली के चट्टे-बुट्टे!' देवाला व मशिदीतील अल्लाहला पोलिसांच्या पिंजऱ्यात कोंडून ठेवणारे संत-महंत, मुल्ला-मौलवी आणि राजकीय नेते रावणापेक्षा अधिक खालच्या दर्जाचे भासले. दहा वर्षांपूर्वी बाबरी मशीद पाडल्यानंतर मी गेलो होतो, तेव्हा एवढे भयानक दृश्य नव्हते. दहा वर्षांत पुन्हा अयोध्येला आलो तेव्हा रामानंद सागरच्या 'और इन्सान मर गया' या कादंबरीचा प्रत्यक्ष अनुभवच डोळ्यांनी घेत होतो. तरीही रामभक्तांची श्रद्धा महत्त्वाची होती. रामात ते आजही अवताराचे, त्याच्या संयत व्यक्तिमत्त्वाचे पूजन करत होते. रामाचे संयत व्यक्तिमत्त्व हा भारतीयांचा खरा स्वभाव असल्यामुळे अजून तरी धार्मिक अराजकाकडे आपण वळलो नाही, हे खरे. अयोध्येच्या प्रभू रामचंद्राचे हे खरे वरदान आहे.

काशी व गया

कोणताही भारतीय हिंदू काशीला गेल्याशिवाय आपल्या अस्थींचे विसर्जन करणार नाही. शंकराने आपल्या त्रिशूळावर स्थापन केलेल्या या ८४ घाट असलेल्या

शहराचे भारतीयांना आकर्षण आहे. भारतीय माणूस प्रत्यक्ष गंगेशी बोलत असतो. गंगेवाचून त्याला आपले जीवन अपूर्ण वाटते. पं. जगन्नाथाने गंगा स्तोत्र लिहिले. पं. जगन्नाथांनी, 'समृद्धं सौभाग्यं सकल वसुछाया' अशा शब्दांत गंगेचे वर्णन केले आहे. महाराणी अहल्याबाई व पंजाबचा राजा रणजितसिंग यामुळे हे शिवमंदिर पुनर्रचित झाले. म्हणूनच हा शिवगंगाधर हिंदूंना आजही श्रद्धेय राहिला.

आज हा शिव पोलिसांच्या पहाऱ्यात आहे. विश्वेश्वराच्या मंदिरात बंकर्स बांधून पोलीस त्याचे संरक्षण करीत आहेत. मूर्तिभंजकांच्या पशुवत् वृत्तीचे या पशुपतिनाथाला भय का? गेली पाच हजार वर्षे भारतीय या शिवाची प्रार्थना करीत आहेत. एकट्या बनारस शहरात अकरा हजार मंदिरे आहेत.

एखाद्या ग्रंथाचे मंदिर असावे, ही अद्भुत कल्पना आहे. संत तुलसीदासांनी हिंदूंना निर्भय बनविले. त्या तुलसीदासांबद्दलची कृतज्ञता म्हणून तुलसीरामचरित मानस मंदिर आहे. मंदिराची भिंत न् भिंत तुलसीरामचरित मानसातील चौपाया आणि दोह्यांनी भरून गेली आहे. वाचनसंस्कृती व ग्रंथसंस्कृतीचे ते प्रतीक आहे. संध्याकाळी गंगेची आरती पाहावी. गंगा आरती सुरू होताच दिव्यांचा तळ पाण्याच्या प्रवाहाला चाटून जातो. देवळातल्या घंटा वाजू लागतात. फुले घातलेले द्रोणातले तेलाचे दिवे असंख्य प्रकाशबिंदूंनी परावर्तित होत होते. नकळत माझ्या ओठांवर शब्द आले.

ॐ जयतु जयतु गंगे, जय गंगा माते ।

ही गंगामाता तिच्या भक्तांचे सर्व मनोगत पूर्ण करते. आज गंगा प्रदूषित झाली आहे. बनारसचे सांडपाणी, अर्धवट जळलेली प्रेते यांनी ती पावन गंगा अपवित्र झाली आहे. तरीही गंगा आरतीचे दृश्य डोळ्यांसमोरून जात नाही. या देशातील समस्त हिंदूंचे हास्य आणि स्वप्नांनी प्रचीती गंगाकाठावर येते. माझ्या ज्येष्ठ नागरिकांबरोबरची त्यांची धार्मिक यात्रा पूर्ण करताना मनोमन डॉ. राममनोहर लोहिया यांच्या शब्दांतली प्रार्थना मी म्हटली— 'हे भारतमाते, आम्हाला शिवाची बुद्धी दे, कृष्णाचे हृदय दे आणि रामाचा एकवचनीपणा व कर्मशक्ती दे. असीमित बुद्धी, उन्मुक्त हृदय आणि मर्यादायुक्त जीवन यांनी आमचे सृजन कर!' तरीसुद्धा संकटमोचन मंदिरातील हनुमानही पोलिसांच्या पिंजऱ्यात!

६.
नर्मदा - संकटमोचन हनुमान

भारतात लांबवर दुडदुडत जाणाऱ्या नद्या आहेत. महादेव आणि मैकल पर्वतात उगम पावणाऱ्या नर्मदा नदीचे स्थान अनन्यसाधारण आहे. गंगा, यमुना, कृष्णा, गोदावरी या पवित्र नद्या असल्यातरी नर्मदेचीच परिक्रमा केली जाते. नर्मदेच्या उगमापासून अरबी समुद्राला मिळणाऱ्या तिच्या मुखापर्यंत तीन वर्षांत किंवा तेरा महिन्यांत पायी यात्रा केली, तर स्वर्गाचे पुण्य मिळते, अशी हिंदूंची श्रद्धा आहे. यामुळेच पर्यटनामध्ये नर्मदा परिक्रमा समाविष्ट केली जाते. नर्मदेभोवती असंख्य दंतकथा व इतिहास आहे. अमरकंटकपासून खंबायतला मिळणाऱ्या नर्मदेची अनेक रूपं मी पाहिली. नर्मदेचे एक रूप जबलपूरजवळ भेडाघाट व धुंवाधार येथे रमणीय स्वरूपात आहे.

अमरकंटकपासून नर्मदा जबलपूरकडे येते. नर्मदेकाठी प्रस्तराची अनेक रूपे आहेत. भेडाघाट मी पूर्वी पाहिलेले छोटे गाव होते. तीस वर्षांनंतर भेडाघाटाला नगरपालिका स्थापन करावी, इतकी लोकसंख्या पर्यटन व्यवसायामुळेच स्थिरावली.

भेडाघाटला नर्मदा संगमरवरी दगडांच्या अडथळ्यांना खळबळत पार करते. मी पूर्वी पाहिलेल्या भेडाघाटमध्ये मध्य प्रदेश सरकारने आमूलाग्र बदल केला आहे. नर्मदेभोवती रेलिंग्ज, लोखंडी पूल उभे केले. नर्मदा ही चंचला नदी आहे. कधी तिचे पात्र रुंद, तर कधी निरुंद! भेडाघाटला नर्मदा खाली कोसळताना माकडांनीही उडी मारावी इतक्या अरुंद घळीतून खाली स्वत:ला लोटत असते. तिच्या या स्थानाला 'मंकी पॉइंट' हे नाव दिले

जाते. मंकी पॉइंटशी उभे राहून नर्मदेच्या घोंगावणाऱ्या प्रवाहाकडे पाहताना 'पाणी आले... आणि गेले, मी फक्त पहात राहिले.' अशी शिरीष पैंसारखी आपल्या मनाची अवस्था होते. संगमरवरी दगडावर हिंदकळत नर्मदा खाली कोसळताना वृक्षही गोठून झडत राहतात. संगमरवरी दगडांच्या खांद्यांवर आपले ओझे टाकत नर्मदा जेव्हा पाताळाचा वेध घेते; तेव्हा तिच्या वेगाने पाण्याचे रंग, तिची रिमझिम एका धुक्यात परिवर्तित होते. भेडाघाट पाहायचे तर चांदण्या रात्रीच पाहावे. पूर्वी एकदा पौर्णिमेला तिचा धुंवाधार प्रपात व प्रवाह पाहताना पौर्णिमेच्या चंद्राची असंख्य रूपे मी त्यात पाहिली.

धुंवाधारच्या खालून कोसळणाऱ्या नर्मदेकडे आपल्याला छोट्या बोटीतून जाता येते. बोटीत बसताना नर्मदा विशाल दिसते. तिच्या प्रवाहाद्वारे नीलनितळ व पांढरे दगड, पत्थरांची बेटे आपल्याला खेळवत असतात. एक इंद्रधनुष्यी रंगाचा कशिदाच विणला जात असतो. नर्मदेच्या वेगवान प्रवाहात नाव चालवणे एक कसब आहे. नर्मदेच्या भोवतीच्या पत्थरांमुळे खरी नर्मदा येणाऱ्या भोवऱ्यांचे चक्राकार रूप भेडाघाटालाच दिसते. कसबी नावाडी नसेल तर नर्मदेचा प्रवाह तुम्हाला लोळवू शकेल. नर्मदेत नाव तिरपी, तिरपी चालवावी लागते. नर्मदेच्या काठावरचे, कच्च्या संगमरवराच्या दगडांची प्रतिबिंबे, छाया मंदिरासारखा वाटतात. तिचा प्रवाह झांजवत, निसर्गाला ओणवा होऊन पाहतो. मंकी पॉइंटवरून खाली येताना तिचे तुषार ढगांच्या विराट स्रोतांचा ओला आभास निर्माण करतात, म्हणूनच त्याला धुंवाधार म्हणतात. नर्मदा कोसळत नसून मेघांचे पर्वत कोसळतात. तिच्या धारांचा निनाद क्षणभर हृदयालाही थांबवितो. नर्मदेच्या संगमरवरी दगडातील पांढरा अभिसार सूचित करतो. नर्मदेला दरीची ओढ लागली आहे. पाऊस जणू तिच्या चोचीत जाऊन बसला आहे. पौर्णिमेच्या वेळी तर आपली मानसिक स्थिती कवी ग्रेसच्या मनासारखी होते.

मेघात अडकले रंग । कुणाचा संग ।
मिळविती पेशी?
चढशील वाट? रक्तात घाट ।
पलीकडे चंद्र अविनाशी ।।

संगमरवरी दगडावर जणू तिच्या स्पर्शाच्या खुणाच रांजणाच्या स्वरूपात दिसतात. पर्यटकांनी नर्मदा व तिच्या प्रवाहाचे मुसंडी मारणारे पाणी पाहावेच. आभाळसुद्धा कोसळेल, अशी तिच्या जलधारांची नर्तने असतात. आपला प्रवास नर्मदेच्या या संगतीत सुगंधित होऊन जातो. म्हणून पर्यटकाची स्थितीही येथे 'झरे होतिल पिसारे' अशीच होते.

संकटमोचन हनुमान

पचमढीच्या पर्वतराजींपासून थेट बनारसपर्यंत बाराशे मैलांच्या प्रवासात जागोजागी आढळली ती हनुमानाची मंदिरे! आपल्याकडे ज्ञानेश्वर, तुकाराम, रामदास, एकनाथ या संतश्रेष्ठांनी मुस्लिम निर्नायकीच्या काळात समाजाला एकसंध ठेवले. तेच काम संत तुलसीदास, कबीर, मीरा, रैदासांनी गंगा, यमुना, नर्मदेच्या दुआबादात केले. संत तुलसीदासाला बाहू पीडा होत होती. ती दूर होण्यासाठी संत तुलसीदासांनी हनुमान चालिसा लिहिली. जशी रामरक्षा तशी हनुमान चालिसा. या हनुमान चालिसामुळे हजारो हनुमान मंदिरे नर्मदा, गंगाकाठी उभी राहिली.

भूत पिसाच निकट नहिं आवैं ।
महाबीर जब नाम सुनावै ।।
नासै रोग हरै सब पीरा ।
जपत निरंतर हनुमत बीरा ।।
संकट तें हनुमान छुडावै ।
मन क्रम बचन ध्यान जो लावै ।।

यामुळे जागोजागी हनुमानाची मंदिरे अधिक होती. मध्य प्रदेश, उत्तर भारत, बिहारमध्ये पराक्रमी शौर्यमूर्ती हनुमान अधिक लोकप्रिय आहे. रामाने हनुमानाच्या शौर्याची मुक्तकंठाने प्रशंसा केली आहे.

शौर्य दाक्ष्यं बलं धैर्यं प्राज्ञता नयसाधनम् ।
विक्रमश्च प्रभावरंच हनुमति कृतालया: ।
दृष्टवैव सागरं वीक्ष्य सीदन्तीं फपिवाहिनीम् ।
समाश्वास्य महाबाहुर्योजनानां शतं प्लुत: ।।
धर्वायित्वा पुरीं लङ्कां रावणान्त:पुरं तदा ।
दृष्टा सम्भाषिता चापि सीता ह्याश्वासिता तथा ।।

आपल्याकडे संत रामदासांनी अकरा मारुती उभे केले. बलोपासनेला महत्त्व दिले. चित्रकूटजवळच हनुमान व भरत यांच्या मिठीत घेतलेल्या भेटीच्या मूर्तीचे सुंदर मंदिर आहे. राम अयोध्येला सीतेसहित परत येत आहे, ही वर्दी देण्यासाठी हनुमान पुढे आला. भरताने हनुमानाला बाण मारला. तो बाण भगवान हनुमानाच्या मांडीत घुसला. नंतर हनुमान व भरताची गळाभेट झाली. रामाच्या मंदिरात हनुमान नेहमी दिसतात, परंतु हनुमान व भरत मिलापाचे एकमेव मंदिर अयोध्या व वाराणसीच्या रस्त्यावर आहे. रामसेवा करून हनुमान थकले, म्हणून प्रयागच्या वाळवंटात झोपलेल्या हनुमानाचे आडवे रूप आहे.

वाराणशीला तर संकटमोचन हनुमान मंदिर गर्दीने खच्चून भरलेले असते.

हा हनुमान नवसाला पावतो. परंतु, लंका जाळणाऱ्या या हनुमान मंदिरावर हल्ला झाल्यामुळे आज भगवान हनुमानजी भक्तांइतकेच पोलिसांच्या बंदोबस्तात आहेत. हनुमानाचे हे सर्व व्यापक रूप पाहून माझ्या मनात जिज्ञासा निर्माण झाली की, हनुमान ही देवता इतकी व्यापक का?

मूळ रामायणात हनुमान हा असाधारण पंडित व अद्‌भुत वक्ता होता. हनुमानजी सूर्यपुत्र! सूर्याने आपल्या तेजाचा शंभरावा भाग देताना म्हटले, की "सर्व शास्त्रांचे अध्ययन करण्याची बुद्धिमत्ता मी याला देतो, त्यामुळे हा श्रेष्ठ वक्ता होईल." व्याकरणाचे अध्ययन करण्यासाठी हा उदयाचलापासून अस्ताचलापर्यंत हिंडत राहिला. व्याकरणसूत्रे वार्तिक, भाष्य, वेदार्थनिर्णयांत त्याची बरोबरी करणारा कोणी नाही. हनुमानाला राजनीतीचे बारकावे माहीत होते. हनुमानाने जे सुग्रीवाला म्हटले, ते प्रत्येक सरकारी अधिकाऱ्याने व मंत्र्याने लक्षात ठेवले पाहिजे.

नियुक्तैर्मन्त्रिभिर्वाच्यो ह्यवश्यं पार्थिवो हितम् ।
इत एव भयं त्यक्त्वा ब्रवीम्यवधृतं वचः ॥

(किष्किंधा ३२.१८)

आज जर सर्व सरकारी अधिकारी हनुमानासारखे वागले, तर रामराज्य यायला वेळ लागणार नाही. निष्कलंक चारित्र्याचे हनुमान हे केवळ बलोपासक नव्हते, तर विश्वासूही होते. रामाने आपण हनुमानाला अयोध्येला परत येताना पुढे पाठविले. त्याने हनुमानाला सांगितले, "मी येत असल्याची वार्ता ऐकल्यावर भरताची मुद्रा कशी काय होते, माझ्यासंबंधी तो काय तजवीज करतो; हे तू बारकाईने पहा. भरताच्या मुखावरील भाव, त्याची दृष्टी व त्याच्या भाषणाचा रोख तू समजून घे." याचा अर्थ हनुमानावर रामाचे उत्कट प्रेम व प्रगाढ विश्वास होता. परंतु माझ्या मनात दुसरा प्रश्न निमाण झाला. रामाला भारताबद्दल अविश्वास का वाटावा? हे रामचरित्रातील एक दोषपूर्ण स्थळ आहे. भरत व हनुमान मिलापाचे मंदिर पाहताना मला रामचरित्रामधील हे न्यून सलत होते.

भरत-हनुमान मंदिरातील साधू-पुजारी म्हणजे विद्वत्तेचा नमुना व वृद्धत्वाच्या चर्पटपंजरीची अनुभूती होती. या मंदिरात चार प्रकारचे तीर्थ दिले जाते. भरत राहत असलेली जागा निसर्गरम्य आहे. भरत एकांतात राहिला याची यातून प्रचिती येते. हनुमान सप्तचिरंजीवांत आपली गणना करून राहिले आहेत. हा हनुमान रामाशी भक्तिभाव व्यक्त करताना म्हणतो,

स्नेहो मे परमो राजंस्त्वयि तिष्ठतु नित्यदा ।
भक्तिश्च नियता वीर भावो नान्यत्र गच्छतु ॥
यावद्रामकथा वीर चरिष्यति महीतले ।

तावच्छरीरे वत्स्यन्तु-प्राणा मम् न संशय: ॥

अर्थ : राजा, तुझ्यावर माझे नेहमी पराकाष्ठेचे प्रेम असो, माझी भक्ती अचल राहो आणि माझ्या मनातला भाव तुझ्याशिवाय अन्यत्र कुठेही न जावो. हे वीरा, जोपर्यंत भूतलावर रामकथा प्रचलित असेल, तोपर्यंत माझ्या शरीरामध्ये प्राण राहोत, याविषयी संशय नसावा.

आमच्या ज्येष्ठ नागरिकांच्या या आनंदयात्रेत अनेक वेळा चहा-पान, भोजन हे हनुमान मंदिरातच होते. अशा पंचमुखी हनुमानापासून हनुमानाच्या अनेक छटा दिसल्या. आमच्या लालबहादूर महाविद्यालयाच्या विद्यार्थ्यांनी छ. शिवाजीमहाराजांच्या त्रिशतसांवत्सरिक उत्सवात हिरकणी बुरुजाच्या भिंतीत उत्खनन करून काढलेली हनुमान मूर्ती शिवरायांनी घडविली तशी मूर्ती मात्र कोठेच आढळली नाही. ज्येष्ठ नागरिकांची ही यात्रा संकटमोचन हनुमानमंदिराजवळ पूर्ण झाली. त्या वेळेस आमच्या एका ज्येष्ठ नागरिक भगिनीने संत रामदासांचा सुरेल आवाजात गायिलेला अभंग मनात गुंजत राहिला.

नाव मारुतीचे घ्यावें ।
पुढें पाऊल टाकावें ॥
अवघा मुहूर्त शकुन ।
हृदयी मारुतीचें ध्यान ॥
जिकडे जिकडे जाती भक्त ।
पाठी जाय हनुमंत ॥
राम उपासना करी ।
मारुती नांदे त्याचे घरीं ॥
दास म्हणे ऐसे करा ।
सदा मारुती हृदयी धरा ॥

वाराणसीमधील ग्रंथमंदिर

आज ग्रंथमहोत्सव, वाचनसंस्कृती याबद्दल खूप-खूप लिहिले जाते; परंतु माणसाच्या जीवनावर संस्कार करणाऱ्या ग्रंथाचे मंदिर क्वचितच उभे राहते. वाराणशीमध्ये 'तुलसी-रामचरित मानसमंदिर' हे जणू ग्रंथाच्या अमरतेची ग्वाही देते. या मंदिराच्या प्रत्येक भिंतीवर तुलसी-रामचरितमानसाच्या ओळी संगमरवरी शिळांत अक्षरमुद्रांकित केल्या आहेत. ग्रंथसंस्कृतीचा हा विजय आहे. उत्तर भारतातील व्यक्तींचे जीवन तुलसी रामचरितमानसामुळेच सुसंस्कारित झाले आहे. वाराणशीला 'भारतमाता' मंदिर फार कमी लोक पाहतात. अखंड भारताचा ब्रॉंझमध्ये ओतलेला, त्याचा पर्वत

नद्यांसहित असलेला नकाशा एक मंदिराच्या स्वरूपात एका देशभक्ताने उभा केला आहे. नकाशाचे मंदिर फक्त संपूर्ण भारतात वाराणशीलाच आहे. भारतमातेच्या एकात्मतेचे स्वप्न पाहत या ज्येष्ठ नागरिकांच्या आनंदयात्रेची सांगता झाली.

●

७.

'तोरणमाळ' चे निसर्गसौंदर्य

महाराष्ट्राच्या उत्तर सीमेवर सह्याद्रीच्या काटकोनात पूर्व-पश्चिम सातपुडा पर्वत पसरलेला आहे. एका मागोमाग एक पसरलेले असे हे सात डोंगर आहेत. सातपुड्यातील पचमढी आणि अमरकंटक येथे मी भटकलो होतो, परंतु महाराष्ट्रातील तोरणमाळ त्या भटकंतीत नजरेआड झाले होते. तोरणमाळाशी माझी नाळ काकासाहेब जोर्वेकरांमुळे जुळली. कै. काकासाहेब जोर्वेकरांनी मामलेदार प्रांत म्हणून धुळे जिल्ह्यातील आदिवासी क्षेत्रात काम करीत असताना कच्चे रस्ते केले. यशवंत तलाव दुरुस्त केला. त्यामुळे १९६० मध्ये आदिवासी क्षेत्रात काम केलेल्या तोरणमाळला आकार-उकार देण्यात जोर्वेकरकाकांचा मोठा वाटा आहे. महाबळेश्वर, माथेरान, सिमला, डलहौसी ही थंड हवेची ठिकाणी ब्रिटिश गोऱ्या साहेबांनी उजेडात आणली. पॉइंटला त्यांचीच नावे! कोठे विल्सन, कोठे ऑर्थर; परंतु भारतीय प्रशासन अधिकाऱ्यांची साधी नोंदसुद्धा नसते. आपले भारतीयत्व राखून असलेली ठिकाणेच कमी!

तोरणमाळ धुळे शहरापासून १२० मैलांवर आहे. समुद्रसपाटीपासून ३४०० फूट उंची आहे, १६ चौरस मैलांचे विस्तीर्ण पठार आहे. मला तोरणमाळ आवडले ते तेथे गर्दी नसल्याने. येथे मार्केटिंग नाही, पर्यटकांचा थवा नाही. दारूने झिंगलेली उद्धट तरुणाई नाही. पोलिसांचेही दर्शन नाही. चुकले-माकले वाहन आले, तरच आवाज; अन्यथा फक्त नितळ शांतता! जंगलांचा गंध, डोईवरचे निळे आकाश अन् तुमचीच सावली

फक्त सोबतीला!

'शहादा' या आदिवासी तालुक्यातील हैदरभाई नूराणी आणि डॉ. विश्वास पाटील हे दोन अवलीये भेटले. हैदरभाई ७५ वर्षांचा हसरा तरुण. जातीने बोहरा. मला गुजराती चांगले येते. बोहरा गुजराती बोलतात. धार्मिक असूनही अतिनम्र, अदब मोठी, पर्यावरणप्रेमी. त्याच्या बगीच्यात सारे पक्ष्यांचे अड्डे. असंख्य फुलांची मांदियाळी. अशी या पर्यावरणप्रेमी मित्राची सुंदर बंगली तोरणमाळावर आहे. विश्वास पाटील सातपुड्याची रेघ नि रेघ जाणणारा. गाडी सातपुड्याची वेडी-वाकडी वाट चोखाळत चढू लागते. भिल्ल आणि पावरा या आदिवासी जातीच येथे राहतात. भिल्लांची चार-पाच घरांची वस्ती घनदाट जंगलांच्या झाडा-झुडपांत. भिल्लांच्या झोपड्या दिसल्या. असंख्य ओहोळ आपल्या पाण्याचा नाद घुमवीत त्या घनदाट जंगलातून जात होते. एखादं भिल्लाचं पोर गुरांच्या तांड्यामागे धावत होतं. जंगलाची मोहोरलेली जवानी पाहायची असेल, तर पावसाळ्यातच तोरणमाळला जा. आपला निसर्ग माणसाचे नेत्रसुख कायम ठेवतो. या काळात सागाची झाडे १६ शृंगार नेसून मोहरत असतात. मधून-मधून रानफुले अगणित रंगांनी इंद्रधनुष्यी रंग खुलवीत असतात. मधून-मधून येणारा धबधबा मोतिया रंगाचा भाग माळवीत असतो. ना. धों. महानोरांच्या शब्दांत,

नागड्या झाडांना
लगडे पालवी
स्वप्निल, होऊन धुंद
पांगल्या नभात
दाटली दर्वळ
ओठांत रुतले छंद

वळणा-वळणाच्या सोनफुलाऱ्यातून, घाटाच्या निसरड्या वाटेने, दाट ढगांच्या छायेतून आपण वर येतो. पहिला भेटतो 'सेव्हन पॉइंट'. सेव्हन पॉइंटवरून एखादे जाते दिसावे तशी सात वळणे दिसतात. आपण वर आलेले सात रस्ते पाहताना हरखून जातो. कधी आजूबाजूच्या धुक्याच्या मिठीत बिलगून चिंब झालेला निसर्ग पाहतो. पावसाचे भिजलेले गान ऐकतो.

यशवंत तलाव

सातपुड्यात सेव्हन पॉइंटवरून ओल्याचिंब रानातून वर येतानाच एका कोरलेल्या लेण्यात भगवान महावीरांची मूर्ती दिसते. सातपुडा हा जैन आणि नाथ-पंथीयांचा मोठा अड्डा. वर येताच यशवंत तलाव आपले स्वागत करतो. आम्ही

यशवंत तलावासमोरील हैदरभाईंच्या बंगलीत विसावलो. हैदरभाईंच्या बंगलीचा बगीचाही जंगलाच्या पार्श्वभूमीवर जरतारी काठासारखा विसावलेला आहे. झोपाळ्यावर बसल्यावर यशवंत तलाव दिसतो. येथे ना बंगले, ना घरे. फक्त वन खात्याचे चार सूट आणि पर्यटन खात्याचे एक विश्रामधाम, स्काऊटची एक डॉमेट्री, भिल्लांच्या पाच-दहा झोपड्या आणि या सोळा मैलांच्या पठारावर आहे घनदाट जंगल. इंग्रज साहेबांच्या नजरेतून कदाचित तंट्या भील्लाच्या भीतीमुळे निसटलेले असणार.

पठारावर फिरताना कानिफनाथांची गुहा पाहायला मिळते. गुहेत गुडघाभर पाणी आणि मधमाश्यांची मोहोळे. तळ्याच्या दक्षिणेला गुरू गोरक्षनाथ याचे मंदिर. पलीकडे कंथडीनाथांची गादी. अमरकंटकला जसा गूढ निसर्ग आहे, त्याचीच प्रतिकृती तोरणमाळ आहे. खाली पाच किलोमीटर गेल्यावर सीतामाईंची खाई दिसते. आदिवासींच्या जीवनात राम-सीतेला अनन्यसाधारण स्थान आहे. सीता ही आदिवासींत अधिक लोकप्रिय आहे. सीतेच्या खाईवरून खोल दरीच्या पलीकडे नर्मदामातेचे दर्शन होते. मध्य प्रदेश, गुजरात आणि महाराष्ट्राच्या मधून वाहणारी नर्मदामय्या पाहताना लक्षात येते की, नाथपंथीयांची धर्मसाधना फक्त श्री शैल्यम्‌नंतर सातपुड्यातच फुलली. आदिवासी भिल्लांत महाभारतातला अश्वत्थामा आजही श्रद्धेय आहे. तोरणमाळातील आदिवासींना डोक्याला शिंगे असलेला आणि तेल मागणारा अश्वत्थामा अधूनमधून दिसतो, असे म्हणतात.

मोहक निसर्ग

यशवंत तलावाच्या परिसरात जुने भग्नावशेष आहेत. तेथे मिथुन शिल्पे आहेत. खजुराहो नर्मदेच्याजवळच नाथपंथीयांच्या तंत्रसाधनेत मैथुन अग्रस्थानी. जनन आणि लैंगिकतेला नाथपंथीयांनी तत्त्वज्ञानाची चौकट दिली. तोरणमाळला याची पुन्हा प्रचिती आली. तोरणमाळचा निसर्ग वर्णावा तेवढा थोडाच! संध्याकाळी हा निसर्ग काजळ होतो. कोणी साद द्यायलाही नसते. रात्र होताना झाडी काळीसर होते. सर्वत्र शुकशुकाट अन्‌ भिल्ल मंडळी खोप्यात गुरफटलेली. कधी भुकेली, तर कधी मोहाच्या दारूत हरवलेली. सर्वत्र सन्नाटा. सकाळी उठताना डोंगरावरची रानकेळी नव्याने उभारतात. अरुणाचलप्रमाणे येथे रानकेळी जंगलात आपले प्राण उधळून देतात. माझी अवस्था अशी झाली–

'झाडे झाली हिरवीशी शीळ घुमते रानात
ओळ जांभळ्या मेघांची वाहे नदीच्या पाण्यात
स्वच्छ पावसाळी हवा तसे बेहोश उधाण
दाट हिरव्या गर्दीत पाय गेले बहकुन...'

विश्वास पाटील या उमद्या स्वभावाच्या आणि 'तुझे तुजपाशी'मधील काकाजींचे प्रतिरूप असलेल्या मित्राचा निरोप घेताना भवानी शंकर पंडितांची कविता धबधब्यांना पाहून गुणगुणत होतो -

'किती उंचावरुनी तूं । उडी ही टाकिसी खाली
जणु व्योमांतुनी येसी । प्रपाता ! जासि पाताली'

पद्मालय

जोर्वेकरकाकांप्रमाणे वाईचे बर्वे नावाच्या गृहस्थांनी जळगावजवळ पद्मालय नावाने गणेश मंदिराचा जीर्णोद्धार केला. प्राध्यापक गुळवे माझे व्यावसायिक सहकारी आणि मित्र—त्यांनी जातानाच भीमंकु हे ठिकाण दाखविले. येथे भीमाने बकासुराला मारले. तेथे सुंदर शिवालय आहे.

वाईच्या बर्वेगुरुजींनी जीर्णोद्धारात केलेल्या पद्मालय या गावी आलो. बघतो तर, कमळाचे सुंदर तळे! तळ्याच्या काठावर गणपतीचे देवालय. प्रत्येक देवालयात एकच गणपती असतो, परंतु पद्मालयाच्या गणेश मंदिरात उजव्या सोंडेचा आणि डाव्या सोंडेचा अशा गजाननाच्या दोन मूर्ती आहेत. कार्तवीर्यासाठी गणेशाने उजव्या सोंडेच्या स्वरूपात त्याला दर्शन दिले. भगवान शंकरांनी आपल्या गळ्यातील नागराजाला टाकून दिले होते. नागराजाने गणपतीची उपासना केली. तेव्हा डाव्या सोंडेच्या स्वरूपात गजाननाने त्याला दर्शन दिले. शंकराने पुन्हा त्याला गळ्यात धारण केले. असे हे पद्मालयाचे गणपती मंदिर एकमेव मंदिर आहे की,÷माधवराव पेशवे ते इंग्रज आणि भारत सरकारही या देवस्थानास वर्षासन देते. या देवळासमोर मोठे जाते आहे. ते जाते फिरवायला चार बैल जोडावे लागतात. वाईच्या बर्वे-शास्त्रींनी या देवळाचा जीर्णोद्धार करताना मजुरांना 'पीठ' मिळावे म्हणून हे जाते बनविले. जोर्वेकरकाका आणि वाईकर बर्वे या दोन सातारकरांनी धुळे-जळगाव जिल्ह्यात आपल्या कर्तृत्वाच्या पाऊलखुणा रेखांकित केल्या.

जळगावपासून अजंठाजवळ अनेक वेळा पाहिलेले. जपानच्या मदतीने आता पूर्ण स्वच्छ. विजयसिंह मोहिते पाटील यांनीही नवा चेहरा दिला. वृद्धांनाही चढता येईल अशा सोई! साताऱ्याकडचेच कुडाळचे शेतकरी अजंठा पाहत होते. त्यांनी मला सांगितले, येथे बुद्धाचे निधन झाले. मी हसलो. २६ क्रमांकाच्या गुहेतील झोपलेल्या गौतम बुद्धाची मूर्ती पाहिली. गौतम बुद्धाच्या झोपलेल्या मूर्तीखालचे म्युरल पाहिले. त्यातील प्रत्येकाची शोक मुद्रा होती. एखाद्या घरी निधन झाल्यानंतर जो मातमचा चेहरा असतो; प्रत्येकाची शोक मुद्रा वेगळी असते, तशा त्या मुद्रा होत्या. भारतीय शिल्पकला आणि रंगकलेचा हा मनोहारी आविष्कार अनुभवायचा

असतो. डोळ्यांत साठविलेला जातो. कवी महानोरांच्या शब्दांत अजंठा म्हणजे —

'काळ्या फत्तराच्या उभार छातीवर सत्तावीस चांदण्या
गोंदुन काढलेल्या; टकटक बघतात नदीच्या पात्रात'
'दगडाच्या प्रत्येक छिन्नीतून स्मिताच्या रेषा उमटतात
गौतम बुद्धाच्या स्मितासारख्या प्रत्येक लेण्यात
रंगवेलीच्या लहरीवरती घुंगुर छुनछुनतात
काळाची पाने उलगडताना दगड बोलके होतात.'
'कुणाच्या स्वप्नांचे सुवर्णभांडार सांडून चित्रांच्या ओळीतून
ऊर्जस्वल झालेले रंगभोर गहिरे दिप्तीच्या धारेतून
कितीक समर्थशा कुंचल्यांचे रंग उडून जावेत.
ह्या साऱ्या लेण्यांना चित्रांकित करीताना, अस्तित्व हरवून!'

या भिल्ल लोकांना आपली संस्कृती आहे. त्यांचे सांस्कृतिक जीवन अत्यंत उदात्त आहे. ते शेतजमिनीला भूमाता मानतात. पर्जन्यदेव आणि जमीन ही आपल्याकडे देवाने ठेवलेली ठेव आहे, असे ते मानतात. छोटीशी शेती करतात. जंगलातून एकटे राहतात. कल्याणकारी योजना त्यांच्यापर्यंत पोहोचल्याचे दिसत नाही. त्यांच्या बकऱ्या आणि गाई, हेच त्यांना हिरेमोती! ना येथे हिंसात्मक हाणामाऱ्या, ना चुरस, ना स्पर्धा! असे निकोप जीवन जगणाऱ्या तोरणमाळ आणि सातपुड्यातील व्हर्जिन हिल स्टेशनला अवश्य पाहाच! महाराष्ट्र एक्स्प्रेसने चाळीसगावला उतरा. चाळीसगावहून धुळे अगर शेगावला जाऊन देखणा आनंदसागर बगीचा पाहा. शेगावहून महाराष्ट्र एक्स्प्रेसने साताऱ्याला या. तोरणमाळ सप्टेंबर-ऑक्टोबरमध्येच पाहा. फेब्रुवारीपासून उन्हाळा सुरू होतो. त्या वेळी या भागात जाऊही नका.

•

८.

आंबोली ते सिंधुसागर

आमच्या तांदूळ आळी मित्रमंडळात गेली दोन-तीन वर्षे पावसाळी सहलीचे वारे घुमू लागले. या वर्षी आंबोली ते सिंधुसागर अशी जागा निवडली. किशोर नावंदरसारखा कसबी संघटक! तरुण रक्ताचा, जुन्या-नव्या लोकांनाही बोलायला लावणारा! विनोद झंवर पुढे, त्यात साताऱ्याचे लाडके व्यक्तिमत्त्व अरुण गोडबोले, मित्रप्रेमाच्या ओढीखातर हजर! अस्मादिक या मित्रांसमवेत निघाले. किशोरशेठनी सहलीसाठी खाण्याचा पूर्ण बंदोबस्त केलेला. जेव्हा दोन दिवसांच्या सहलीला १४-१५ मित्र निघतात, तेव्हा स्वत:ला विसरायचं असतं. सारे भोवरे आपल्या गतीने फिरत असतात.

सावंतवाडी तालुक्यातील १०२३ मीटर उंचीवरचे आंबोली हे थंड हवेचे ठिकाण! महाराष्ट्रातील धुंवाधार पाऊस रंध्रांत भिनावा इतका मोठा! पण या वर्षी पाऊस थोडा रुसला होता. एरवी आंबोलीला गेलो की साऱ्या वाटा बुडून जातात. तांबडी माती मनस्वी भिजलेली असते. तेथे निसर्गाचं सृजन फुलत असतं. आमच्या सुदैवाने आंबोलीला तीस पॉइंट्स आहेत. परंतु वेळेच्या व्यवस्थापनामुळे महादेवगड, खेमराज पॉइंट, नट पॉइंट धबधबे व हिरण्यकेशी नदीचा उगम एवढेच पाहणे झाले.

हिरण्यकेशी नदीच्या उगमाच्या ठिकाणी महाराष्ट्र पर्यटन खात्याने कधी नव्हे ती निसर्गाला साथ दिली आहे. जांभ्या दगडातून अर्ध्या-मुर्ध्या झऱ्याने येणारी हिरण्यकेशी नदी डोंगर-पहाडांना फोडत आनंदाच्या दिशा शोधत जाते. माती, उन्हा-

पावसाशी मस्ती करत, वळसे घालत पायवाटेने हिरण्यकेशीला व तिच्या झुळझुळणाऱ्या पाण्याला कवेत घेत महादेवगडाकडे वाटचाल केली.

सह्याद्रीच्या आंबोलीच्या आचळांतून अनेक पान्हे फुटत धबधब्यांच्या असंख्य घागरी खालच्या दरीच्या रांजणात ओतल्या जात होत्या. त्यांचे नाचायचे दिवस होते. 'शेणकुटावर' भाजलेली मक्याची कणसे खात निसर्गाचे अस्सल वाण आम्ही अनुभवीत होतो. कधीतरी मधूनमधून पाऊस येऊन गेला, त्यामुळे हिरव्या उगवणीचा बोलबाला होता. मधूनमधून झिम्मड पाऊस ओलेती करीत होता. सावंतवाडीकडे जाताना धबधब्यावर अनेक ओलेत्या व ओले नरदेह स्वत:ला धबधब्याच्या पाण्यात पाहत होते. तारुण्य धुतले जात होते. परंतु या धबधब्यात बिनदिक्कतपणे भिजताना तारुण्याची निरोगी बीजं त्यांच्या ओलेत्या देहात रुजत होती.

रात्री पावसाची ओढ पाहत अंधाराच्या पुरात सावंतवाडीजवळील मालवण हॉटेलात घनदाट वनराईत रात्रीचा विसावा घेत हरवून गेलो. पावसाने धुतलेल्या स्वच्छ पायवाटा आमच्या मैत्र-धर्माचा उत्सव साजरा करत होत्या. ना भांडण, ना गुमानीची भाषा; आत-बाहेर काहीच नाही. निर्मळ मैत्रीची मैफल! गप्पा मोहोराला येत होत्या. या गप्पा करताना प्रतिष्ठेचं ओझं उतरवून आनंदाची बरसात चालली होती.

सकाळी सावंतवाडी, शिरोडा, अरवली करत-करत सिंधुसागरावर पोहोचलो. अरवलीच्या समुद्रावरची लयीत चढ-उतरणारी समुद्राची घनगंभीर खर्ज ऐकत होतो. तुफान वारा समुद्राला फाडून आडवा-तिडवा होत अंगावर येत होता. काळ्या ढगाला सोन पावसाळी झिमझिमती कड होती. कणसे भाजावीत तसे शेजारचे कोळी मासे भाजत होते. लाटांचे भिनलेले स्वर व सुरांचे आभाळ आमच्या कोऱ्या कपड्यांची धुलाई करत होते. डोळ्यांतला वेडावणारा समुद्र मनात उतरला तरी त्याचं हलतं-बोलतं चित्रं तपशिलाने द्यायची ताकद शब्दांत नाही. पाण्याची असंख्य रूपं लुभावत होती. माडाच्या झावळ्या सावलीची चवरी ढाळत होत्या. सिंधुदुर्ग आपलाच आहे, असं मानणाऱ्या आमच्या प्रसाद भावेसारख्या मित्राला समुद्रभूल पडली. परंतु कोठेही गेले तरी वाळूच्या पुळणी तशाच! सुखाचा मंत्र व तजेला प्रत्येक पुळणीवर असतोच. संभ्रमाची वावटळ जरी उठली तरी खडकावर आदळणारी निळीशार लाट सारखीच! समुद्राचे हंबरणे, हलणे, चालणे व गिळणे यात फरक असतोच. देशातल्या असंख्य बीचवर मी भटकलो. समुद्र छळतो व हसवतो. समुद्राच्या किनाऱ्यावर भीती, काळज्या, चिंता, न्यूनगंड सारे विसरून आपण कंफर्टेबल होतो.

शिरोडा म्हणजे खांडेकर! परंतु, भाऊंना सलाम करायला वेळच नव्हता.

सर्वांचे भाऊंशी नाते काय? कोल्हापुरातल्या सात वर्षांत भाऊसाहेब खांडेकरांचा प्रदीर्घ सहवास मिळाल्यामुळे विचारांचे जळते पलिते आजही माझ्या विचारात आग ओकतात. शांत-अशांततेची वावटळे उठवतात. पूर्वी जाऊन आलो होतो म्हणूनच शिरोड्याला व जयवंत दळवींच्या वेताळाला लांबूनच नमस्कार ठोकला.

पावसाळी सहलीत जळमटं वाहून गेली. कंटाळवाणा रोज काही क्षणांपुरता संपला. मित्रांच्या सहली हव्या असतात ते काळजीचे गाठोडे फेकण्यासाठी. एक निरागस सुगंध त्यात असतो. अल्लडता असते. मैत्रीची बाग वाकळी-पाकळीने फुलत असते. त्यात आक्रस्ताळेपणा नसतो. असतो तो रमणारा जीव! हरवलेले तारुण्य अशा सहलीत पुन्हा गर्भार राहते. खाण्यापिण्याचे थेर होतात.

आंबोलीहून परतताना हॉटेलमध्ये क्षुधाशांती... माझा उपवास. हॉटेलमालक भल्या मनाचा! आपल्या घरात बटाटा शिजवून आणला. आंबोलीत सर्व भोजनालये मत्स्याहारी! माशाचे असंख्य प्रकार तुमच्या जिभेचे चोचले पुरवतील. शाकाहारी सोलकढी रिचवतील. सर्व हॉटेल्समध्ये माशांचा गंध भरलेला.

किशोरशेठ आम्हा सर्वांना घराकडे सुखरूप आणतात. कौतुक वाटते त्यांच्या कष्टाचे, सहिष्णुतेचे! मित्रांना पावसात झिरपवले, हीच कृतार्थता! समुद्राची गाज, दाट झाडी, खोल दऱ्या, सह्याद्रीचे निमुळते सुळके, वाऱ्याने उमटलेले धबधबे मनात भिरभिरत राहतात. पावसाळी निसर्गाच्या रंगगंधांत बुडालेली दोन दिवसांची रात्र सुवर्णचाफा होऊन डुलत राहते.

●

९.

डेहराडून ते मसुरी

हिमालयाच्या कुशीची ओढ अनावर होती. भाजक्या उन्हाळ्यात माणसाची पावले थंड हवेच्या ठिकाणाकडे वळतातच. डेहराडून सर्वांचे आवडते ठिकाण! भारताच्या 'व्हेटर्नरी रिसर्च इन्सिट्यूट', 'व्हायरस इन्स्टिट्यूट', वन खात्याची 'सेंट्रल फॉरेस्ट इन्स्टिट्यूट' व भारताच्या संरक्षण अधिकाऱ्यांची घडण करणारे 'वेलिंग्टन डिफेन्स कॉलेज' येथेच आहे. पूर्वी मी व विलास चापेकर हरिद्वार ते डेहराडून पायी आलो होतो. सुरेख बंगले, त्यात फुललेला वसंती उत्सव, थंड हवेमुळे नुकतीच गर्भार राहिलेली गव्हाची शेते, त्यातूनच डोकावणारा आलू (बटाटा)-सफेद आंबा काढणीला आलेला, दशहरा व लंगडा जूनपर्यंत वाट पाहण्यासाठी मोहोरांचा पिसारा फुलवीत होता. यात्रा कंपन्या या एका प्रकारे लबाडाचे आवतण असल्यामुळे हे भारताचे नाक असलेले गाव दाखवतच नाहीत.

डेहराडूनजवळ सहस्र धारा आहेत. उन्हाळा वाढताच थेंबा-थेंबाने जमीन पाझरू लागते. भौगलिकदृष्ट्या हिमालय तरुण पर्वत आहे. ती लाव्हारसाची साय आहे. चुनखडीचे दगड-गोटे यांनी भरलेल्या गंगा-यमुनेजवळ गंधकाच्या गरम पाण्याच्या झरण्या येथे आहेत. परंतु, डेहराडूनजवळ सहस्त्र धाराजवळ गंधकाचे झरे बंदिस्त केले आहेत. डेहराडूनचे झरे अपवाद म्हणून थंड पाण्याचे आहेत. सहस्र धाराच्या कुशीत एक साधू बसला होता. साधूंना गुहा फारच आवडतात; गुहेत ते चिंतन करतात. बौद्ध लेण्या गुहाच्या गुंफा बनतात. रुद्राक्ष व

नवस्फ टिकांच्या माळा यांची रेलचेल! रुद्राक्ष हा भारतीयांचा 'वीक पॉइंट'. तेरा मुखीपासून एक मुखीपर्यंत शेकडो प्रकार!

भारताच्या माजी पंतप्रधान इंदिरा गांधी रुद्राक्षाची माळ घालत. बाळासाहेब ठाकरेंचा गळा रुद्राक्षांनी भरलेला. मनगटावरही रुद्राक्षांच्या माळा! हिमालयातील तीर्थक्षेत्र व थंड हवेच्या ठिकाणी रुद्राक्षांची मोठी विक्री होते. हरिद्वारला एका मंदिरात रुद्राक्षाचे झाड आहे. भारतात सर्व देवता मोत्याचा कंठहार घालतात, पण शिव-शंभू रुद्राक्षांची माळ वापरतो.

डेहराडूनच्या गुहेत बसलेल्या साधूला मी नमस्कार केला. त्याच्या सोबत फोटो काढला. त्यांनी आशीर्वाद म्हणून मला एक रुद्राक्ष दिले. साधू महाराज म्हणाले, ''बेटे, घुमने के लिये आपको पैसे कम नही पडेंगे। घुमते रहो। मेरा दिया हुआ रुद्राक्ष आपके लिए सुरक्षा कवच है।'' मी तो रुद्राक्ष पँटच्या खिशात ठेवला आणि लोक साधू का होतात, साधू होऊन काय करतात, साधूंची झुंड का होते, असे असंख्य प्रश्न मनात गोंजारत डेहराडून सोडून मसुरीकडे पावले वळविली.

मसुरी

डेहराडून जिल्ह्यातील मसुरी हे थंड हवेचे ठिकाण २००६ मीटर उंचीवर बाह्य हिमालयाच्या श्रेणीवर वसले आहे. डेहराडूनपासून ३५ किलोमीटर अंतरावर हे शहर येते. मसुरीला पोहोचताच माझ्या खोलीतून दून नदीच्या रमणीय खोऱ्याकडे व उत्तरेकडच्या हिमालयाच्या बर्फाच्छादित पर्वतरांगांकडे माझे लक्ष गेले. ओक, फर, ऱ्होडोर्डेडॉन यांसारख्या वृक्षांच्या गर्द राई व रमणीय पर्वतदृश्ये ही मसुरीची वैशिष्ट्ये. येथील मन्सुरी नावाच्या झुडुपामुळे मसुरी हे नाव पडले असावे. मेजर हर्से या युरोपियन गृहस्थाने १८११ मध्ये हा प्रदेश खरेदी केला. तो ईस्ट इंडिया कंपनीला विकला. हरिद्वार-डेहराडून हा लोहमार्ग १९०१ मध्ये झाला. लष्करी अधिकारी तेथे वस्ती करू लागले.

मसुरीला मी पूर्वी आलो होतो. मॉसी फॉल, भट्ट फॉल हे पाहण्यासारखे धबधबे! केम्प्टी फॉल येथे जाण्यासाठी रज्जूमार्ग आहे. खाली दरीत जाताच उसळणारा धबधबा अंगाचा शिणवटा घालवीत होता.

उत्तरांचल राज्याचे सर्वांत मोठे उत्पन्नाचे साधन पर्यटन आहे. पर्यटकांच्या सोईंत उत्तरांचल सरकार अग्रेसर आहे. येथे धबधब्याला कवेत घेणाऱ्या गोलाकार तळ्यांचे स्वरूप दिले आहे. त्या गोलाकार सरोवरात बोटिंगही करता येते व स्नानही उरकता येते. प्रवाशांची बच्छडी त्या छोट्या तळ्यात राजहंसासारखी डुंबत होती. पाणी आणि लहान मूल यांचे नाते निकटचे! आईच्या पोटातल्या पाण्यात वाढ;

बाहेरही पाणी! बिचाऱ्या आया 'मुन्ना, उपर आओ! काफी हो गया।' अशा उच्चारात मुन्नाला थप्पड लावत, वर ओढत, टर्किश टॉवेलने मुन्नाचे अंग खसखसून पुसत होत्या. पाण्यातून ओढल्यामुळे रडणाऱ्या मुन्नाच्या गालाची पप्पी घेत. बघता-बघता आईच्या पप्पीने मुन्ना खुलून उठायचा व केम्पटी फॉलची उडी पाहत त्याच्या तुषाराने थंडावून जायचा.

मसुरीला लाल तिब्बा ऊर्फ गन पॉइंट हे सर्वोच्च शिखर आहे. पूर्वी ब्रिटिशांच्या काळात दुपारी बारा वाजता तोफेचा गोळा उडविला जायचा. त्यावर लोक आपली घड्याळे लावत. येथे जाण्यासाठी ४०० मीटर लांबीचा रोप वे आहे. परंतु दुरुस्तीमुळे तो बंद होता. मसुरीच्या वरचा रस्ता उंटाच्या पाठीसारखा दिसतो. ब्रिटिशांनी या प्रत्येक थंड हवेच्या ठिकाणी बाजारपेठ निर्माण केली. त्याला माल रोड म्हणतात. प्रवाशांशी गुलूगुलू बोलायचे, प्रवाशाने घासघीस करायची, हे नेहमीच ठरलेले.

भारतीय प्रशासन सेवेतील अधिकाऱ्यांना प्रशिक्षण देणारी लाल बहादूर शास्त्री अकादमी ही मोठी संस्था येथेच आहे. थंड हवेत प्रशासकीय अधिकाऱ्यांना सुधारता येईल, असे शासनाला वाटत असावे. मैदानी प्रदेशात हे प्रशासकीय अधिकारी येताच गरीब जनतेची होरपळ का करतात, हे मला मसुरीला पडलेले कोडे कोणीतरी प्रशासकीय अधिकारी सोडवेल काय?

ब्रिटिशांनी गुलामी दिली, परंतु भारतात आनंदाची, थंड हवेची ठिकाणे ब्रिटिशांनीच निर्माण केली. जंगलांचा शोध, पर्वतांच्या सुळक्यांचा शोध ब्रिटिशांनीच लावला. मी विचार केला—एका तरी भारतीय प्रशासकीय अधिकाऱ्याने अगर लबाड-लांडग्या नेत्याने एकतरी नवे थंड हवेचे ठिकाण शोधून काढले आहे काय? परंतु ही थंड हवेची ठिकाणे— येथील हॉटेलांचे दर पाहता थंड हवेतही घाम फुटतो. प्रभाकर परांजपे यांनी आणलेला सफेद आंबा चाखत, दरीतून येणारे धुके पाहत, मी हरवत जात होतो.

मडिकेरी हिल्स या कर्नाटकातील हिल स्टेशनला मोठ्या प्रमाणात वाईनचे उत्पादन होते, तर मसुरीला बार्लीची उत्कृष्ट बिअर मिळते. 'खोजनेवाला चाहिये तो दिल ठंडा ठंडा हो जाए'! डेहराडूनपासून मसुरी ते नैनीताल इथल्या प्रत्येक खोऱ्यात हिमालयाच्या कुशीत असंख्य निवासी शाळा आहेत. थंड हवेत शिक्षण उत्कृष्ट होते. शालेय शिक्षणात शाळेच्या पर्यावरणाचा फार कमी विचार केलेला आहे. स्वच्छ हवा, स्वच्छ प्रकाश व झाडाझुडपांनी वेढलेल्या शाळेत मुलांचे चंचल मन लवकर एकाग्र होते.

ही एकाग्रता मसुरी ते नैनितालपर्यंत पसरलेल्या पब्लिक स्कूलमध्ये मुलांना

मिळत असावी. मसुरीला दोन दिवस लोळण्यात गेले. खोलीतून दिसणारा गन हिल पॉइंट मला सांगत होता 'फरी आवजो.'

●

१०.
मनमोहक वेंगुर्ला - लोहगड

माझ्यासारख्या सतत भटकणाऱ्या माणसाच्या अनुभवाच्या गाठीत असंख्य किस्से आहेत. या वेळेस प्रवास करताना स्वच्छंदपणे भटकायचे असले, तर बरोबर कोणीही साथीदार घ्यायचा नाही, असा निर्णय मी घेतला होता. प्रवासात साथीदारांच्या सोई- गैरसोई पाहण्यात आपल्यावर बंधने येतात. प्रत्येकाची खाण्या- पिण्याची सवय वेगळी असते. मानसिक ग्रह-पूर्वग्रह यांचे निराकारण करण्यातच आपला वेळ जातो. आपल्याला जे मुक्तपणे पाहावयाचे आहे, ते नीट पाहताही येत नाही. रुसवे-फुगवे दूर करण्यातच आपली शक्ती वाया जाते. म्हणूनच या वेळेस वेंगुर्ले व गोव्याच्या डोंगराळ भागात फिरताना एकटाच चंबळेच्या खोऱ्याप्रमाणे स्वच्छंद भटकण्याचा निर्णय घेतला. प्रवासात निसर्गाचा खजिना, समुद्राची पुळण, सुंदर असे निसर्गनिर्मित खडक, माड, आंबा, सुपारी, किंजळ, ऐन, करवंदी जाळ्यातून घुमायचे व आपणच आपल्याशी संवाद करायचा. आपलेच डोळे साक्षीदार! मानसिक एकांतामुळे स्वत:चाही शोध घेता येतो.

वेंगुर्ल्याला ज्येष्ठ नागरिक संघाचे मनोहारी मनोयुवा संमेलन होते. मनोहारी मनोयुवापेक्षा एकूणच संमेलनाचे कामकाज बाल-कुमार साहित्य संमेलनासारखे झाले. वेंगुर्ला हा सिंधुदुर्ग जिल्ह्यातील ६५ चौरस मैलांचा छोटासा तालुका. लोकसंख्या पन्नास हजार. जमीन सुपीक. वेंगुर्ला गाव तालुक्याचे ठिकाण असूनही वर्दळ नाही. डच लोकांनी व इंग्रजांनी विकसित केलेले बंदर. सोमालियाच्या चाच्यांची आपण चर्चा करतो; पण एके

काळी चाच्यांच्या त्रासांना सावंतवाडीचे भोसले वैतागले आणि त्यांनी इंग्रजांच्या हवाली वेंगुर्ले केले. इंग्रजांना निमंत्रण देणारे राजे आपलेच!

इंग्रजांनी येथे १८६९ मध्ये २५० फूट उंचीचे दीपगृह बांधले आहे. वेंगुर्ला रॉकवर बसून दीपगृहाचा प्रकाश आपल्याला लोभात पाडतो. साऱ्या देशातले कोलकत्यापासून कच्छच्या रणापर्यंतचे सर्व बीच मी पाहिले आहेत. भगवान चैतन्य प्रभूंना सागरातच घन:श्याम सुंदर श्रीकृष्ण दिसला. महाप्रभू चैतन्यांनी जलसमाधी घेतली. आपण समाधी घेणार नसू तरी समाधी लागावी, असे समृद्ध सागरकिनारे भारताला लाभले आहेत.

मंदिरांचे शहर

वेंगुर्ला गाव अति स्वच्छ. गावात १२५ वर्षांचे जुने ग्रंथालय. या छोट्या गावालाही कँप एरिया आहे. कोकणाचे वैशिष्ट्य म्हणजे देऊळकेंद्रित संस्कृती. एकट्या वेंगुर्ल्यात ३० हून अधिक मंदिरे आहेत. दशावतारी खेळामुळे प्रत्येक मंदिराचे सभामंडप लांब-रुंद. कोकणी माणूस नाट्यवेडा आणि संगीतवेडा. मी वेंगुर्ल्यातील २० मंदिरे पाहिली.

वेंगुर्ल्यात ख्रिश्चनांची संख्या बऱ्यापैकी आहे. भारतातली जुन्या चर्चपैकी वेंगुर्ल्याचे चर्च सर्वांत जुने आहे. रविवारी सुप्रभाती सेंट लुईस चर्चमध्ये गेलो. तेथे त्या वेळी १००० ख्रिश्चनबंधू प्रार्थना करीत होते. ईश्वराची अनन्य भावनेने भाकणूक चालली होती. ही प्रार्थना दांभिकांची नव्हती. तब्बल १००० व्यक्ती उभ्या राहून स्वर्गस्त परमपित्याची प्रार्थना करत होते. फादर म्हणत होते, "आकाशात विहार करणाऱ्या पक्ष्यांकडे पाहा. ते पेरणी करीत नाहीत, कापणी करत नाहीत, कोठारे भरीत नाहीत; तरी त्यांना आकाशस्थ पिता खाऊ घालतो." फादरने थोडक्यात प्रवचन संपविले.

वेंगुर्ल्यात जर समुद्राशी गळाभेटी करायची असेल, तर वेंगुर्ला रॉकवर जा. भारतातल्या कोणत्याही प्रांतापेक्षा डुबुकल्यासारखे एकावर एक असलेल्या व गोलाई असलेल्या खडकावर बसून अरबी समुद्र पाहा. असे खडक भारतातल्या कोणत्याच समुद्रकिनाऱ्यावर नसतात. मावळतीचा सूर्य पाहायचा तर तो इथूनच पाहावा. आभाळाचा रंग समुद्रात उतरतो, उगवून मावळणारे चंद्र-सूर्य आपल्या मनाचे मोर नाचवतात. कोणीतरी सुंदरा उभी राहते, तिच्या झळकत्या पदरातील सळसळता वारा माझे श्वास रोखू लागतो. कुणाचा तरी राजस देह एखाद्या लेण्यासारखा भासतो. मी डोळे बंद करतो... मिटल्या डोळ्यांत ती सर्व दृश्ये हरवून जातात.

वेंगुर्ल्याजवळच प्रेरणा राणेने जांभ्या दगडाचे सुरेख घर बांधलेले आहे.

प्रेरणा राणे नगरपालिकेच्या शाळेत शिकलेली व मुंबईच्या परळच्या कामगार वस्तीत राहिलेली. संगणकाची पीएच. डी. केलेली. व्हीजेटीआयमध्ये व्याख्याती होती. मफतलाल टेकमध्ये मोठ्या पदावरची, सामाजिक बांधिलकी मानणारी! प्रेरणाचा भाऊही बाँबे नॅशनल हिस्ट्री सोसायटीचा सेक्रेटरी. भावजय रेनी सुप्रसिद्ध डॉक्टर बोरजेसची कन्यका! माझ्या प्रत्येक प्रयोगात काही ना काही तरी त्यांचे योगदान. तुषार भद्रे, सुजित शेख यांना कधीतरी त्यांची वेगळी वाट दाखवून गेलेली.

या माझ्या सहलीत माणसांना भेटणं महत्त्वाचं होतं. प्रेरणा म्हणाली, ही जमीन माझ्या आईने मला दिली. नकळत सिंधुदुर्गातील सामाजिक जीवनाकडे मला घेऊन गेली. सिंधुदुर्ग जिल्ह्यात मुले-मुली प्रीती-विवाह करतात. आई-वडील अडथळ्यांची शर्यत तर उभी करतच नाहीत; उलट, रान फुललेली काही जमीन व आमराई मुलीला भेट देतात. एके काळी पोलीस खात्यात राणे, सुर्वे, साटम, नाईक यांची मक्तेदारी होती; पण आता लाख रुपये कोठून आणणार? आज गावोगावी उदास खिन्न मुले तुम्हाला भेटतील. काळोखात दात विचकत बसतात, त्यांच्या जीवनात प्रकाश कोठून येणार? दारिद्र्याच्या काळोखात ही तरुण माणके गिळली जातात. सचिवालयात दगडी गाऊन घातलेल्या मंत्र्यांना यांची पर्वा काय?

साप आणि विंचवाच्या जगात प्रेरणा घेऊन जाते. तिच्या जांभ्या दगडाच्या घरात विंचू आणि साप याचे आगर! एखाद्या आजीबाईंनी भुताच्या गोष्टी नातवांना सांगताना नातवे आपलं लहानपणात हरपून जातात, आपल्या चिमण्या डोळ्यांनी विस्मयाच्या जगात जातात... मीही तसाच झालो. एक प्रकारे मी प्रौढ असूनही माझ्या बाळमुठीत नकळत निळ्या छाताखाली आंब्याच्या गर्द सावलीत ऊब चोरत येणाऱ्या हिवाळ्यात माझ्या बालपणाच्या विस्मयाने पुन्हा जन्म घेतला. प्रेरणा व ललिता ह्या महिन्यातून चार दिवस येथे येतात आणि मुलांची गणिताची भीती घालवितात. प्रेरणा अत्यंत सुविद्य असून अत्यंत भरड कपडे घालून सुखाच्या जगाला लाथ मारत या खेड्यात येते. मी असंख्य सामाजिक कार्यकर्त्यांच्या सहवासाचे क्षण अनुभवले आहेत. शेंदराचा स्वभावच आहे पुटपुटाने वाढत जाण्याचा. प्रेरणासारखे उन्हात हिंडून रापलेले चेहरे आजही अंधारात प्रकाशाचे किरण आणतात. माझ्यासारख्याला अशी धडपडणारी मुलेच विश्वासखूण वाटतात.

वल्लभाचार्यांचा मठ

मी पुष्टीमार्गी. माझा संप्रदाय वल्लभाचार्यांचा! मी धर्मातीत असलो तरी स्वत:च्या धर्माबद्दल कृतज्ञ असणारा. हिंदूधर्मीयांच्या धर्मसाधनेतील अनेक ग्रंथ

वाचलेले. यावनी आक्रमणाच्या काळात वल्लभाचार्य, संत तुलसीदास व छत्रपती शिवाजीमहाराज यांनी हिंदुत्वाचे रक्षण केले. वल्लभाचार्यांच्या भ्रमंतीत ते जेथे जेथे गेले, तेथे त्यांनी आपली पीठे स्थापन केली. शंकराचार्य, वल्लभाचार्य, निंबार्काचार्य, रामानुजाचार्य या दक्षिणेकडील आचार्यांनी जेव्हा रस्ते नव्हते, घनदाट जंगले होती, माणसांचा पारस्परिक संबंध कमी होता; त्या काळात कार्य केले. त्यांना ना भाषेच्या भिंती आडव्या आल्या; ना जंगले, नद्या त्यांना थांबवू शकल्या नाहीत.

वल्लभाचार्य फिरत-फिरत दक्षिणेत लोहगडाला आले. लोहगड हे साखळीजवळ फोंडा तालुक्यात आहे. गोव्याच्या समुद्रकिनाऱ्याइतकाच रम्य भाग फोंडा व बांदा तालुक्यात आहे. संभाजीमहाराजांच्या पराक्रमाच्या खुणा फोंडा तालुक्यात उमटल्या. संभाजीमहाराजांनी पोर्तुगीजांवर येथेच तळ ठोकून स्वारी केली. येसाजी कंकांचा मुलगा कृष्णाजी याने पराक्रमाची शर्थ करून हा किल्ला ताब्यात ठेवला. पोर्तुगीज व्हाईसराय 'फ्रान्सिस्कू द आसीस' याला मराठ्यांनी मारून किल्ला ताब्यात ठेवला. परंतु घरभेदीपणाचा शाप नडला. अशा या घनदाट जंगलाच्या जागी हरावळी नदीचा बाराही महिने वाहणारा मोठा धबधबा आहे. अशा या जंगलात वल्लभाचार्यांना हत्तीही भेटला. हे हत्तीचे पाऊल त्यांच्या मठात जपले आहे. वल्लभाचार्यांचे शिष्य दामोदर दास व कृष्णदास यांनी याची स्थापना केली.

धबधब्याच्या खालचे कुंड अप्सरांनी स्नान करावे इतके सुंदर आहे. मी संध्याकाळी गर्द धुक्यातून कलांत चेहऱ्याने दरीतून वाट काढत मठाजवळ जात होतो. सांज वर येत होती अन् सर्वत्र अंधार! एक प्रकारे मनात भीती. थरथरत्या पावलांनी टेकडी चढून गेलो. झाडीत लपलेले एक सुंदर मंदिर माझ्या स्वागताला हजर!

पुजारी सामोरे आले. मी न बोलता माझ्या गळ्यातील तुळशीमाळ दाखवता त्या अंधारात स्नेहाचे दिवे मिणमिण करू लागले. मला म्हणाले, "बेसो, स्नान करी आओ." मी स्नान करून येताच माझा श्रद्धेचा ताबुत कायम राहावा, असे दृश्य दिसले. गवती चहाचा वाफळता चहा घेऊन वसंतलाल आले. अर्ध्या तासात अवेळी आलेल्या माझ्यासारख्या प्रवाशासाठी रसोडा अन्न शिजवू लागला. वृद्ध पुजारी माझ्यासमोर ताट-पाणी ठेवून म्हणाला, भाई जमीणी लेजो. माझ्यासमोर बसला. वडिलांच्या मायेने आग्रह करून वाढत होता. कृष्णाचे ठिकाण ते; दही, दूध, लोण्याची कमी नव्हती. दुसरा पुजारी झोपताना सारा कालिदास मला ऐकवत होता. अशा घनदाट जंगलात रात्रीच्या नीरव शांततेत कुमारसंभव, रघुवंश, मेघदूत सारे गायले जात होते. समोरच्या धबधब्याच्या नाद, रातकिड्यांची किरकिर माणसाच्या चाहुलीलाही आवाज नाही—अशा ठिकाणी कालिदासाच्या लेखणीचे दिव्य तेज

तिवारी या पुजाऱ्याने मला दाखविले.

सुप्रभाती मी उठलो. समोरच्या हरावळ्याच्या धबधब्याच्या जलधारा उगवत्या सूर्याच्या खिडक्या उघडत होत्या. एक स्वच्छ उभी काच मला मंदिराच्या सभामंडपातून दिसत होती. मंदिरात गुजराती लोकात झारी भरणे हा विधी असतो. माझ्या एका व्यवहारी मित्राने 'झारी भरच', असा सल्ला दिला. परत स्नान, धूत वस्त्र नेसलो आणि गादीसमोर झारी घेऊन उभा राहिलो. पुजारी म्हणाले, ''म्हण, भगवान मारा पापनि क्षमा करो, मारा हाथे कोई गैर कृत्य थयु होय तो माफ करजो.'' हा विधी पापाची कबुली देऊन अपराधभावनेचा निचरा करणारा असतो. सर्वच धर्मांत पापाचा तिरस्कार व क्षमेचा पुरस्कार केला आहे. ख्रिश्चन धर्मात तर मृत्यूपूर्वीच कन्फेशनचा विधी आहे.

भारतामध्ये गुरुपूजा हा संस्कार व परंपरा आहे. गुरुबानीला देव स्वरूपात सरदारजी पाहतात. 'गुरुद्वारा' हा शब्दच मुळी गुरूबद्दलच्या श्रद्धेतून आलेला आहे. गुजराती लोकांत वल्लभाचार्यांनी व त्यांच्या वंशजांनी भारतभर कृष्णोपासनेचा प्रचार होण्यासाठी 'बैठका' स्थापना केल्या. बैठक म्हणजे मंदिरात गुरूची गादी स्थापन करणे होय. संगमरवरी अगर दगडी चबुतऱ्यावर एक गादी असते. दोन्ही बाजूनं चांदीच्या दोन झाऱ्या असतात. गादीवरची वस्त्रे रेशमी असतात. त्या लोडाला घातलेली माळ सोन्याची अगर मोत्याची असून तुळशीमण्यांनी गुंफलेली असते. ही बैठक दिवसातून ३ ते ४ वेळा दर्शनासाठी खुली असते. गुजराती लोक सोवळे-ओवळे खूप मानतात. बैठकीत तर त्याचा कळसच असतो.

लोहगड हे मडगाव-मुंबई महामार्गांपासून चार किलोमीटरवर आहे. पणजीकडे जाणारे-येणारे गुजराती भावपूर्ण अंत:करणाने तेथे येतात. मी असतानाच एक तरुण उद्योगपती आपली पत्नी व दोन बछड्यांना घेऊन आला होता. मला म्हणाला, ''जुओ अपना संस्कृतीनो परिचयतो नान्हा पन्मा करवा जोइए नइतो आमारा छोकरा आपनी संस्कृती भूलीनशे.'' त्या उद्योगपतीच्या पत्नीने जीनची पँट घातली होती. देवाला सपत्निक नमस्कार करताना त्याच्या पत्नीने डोक्याला रुमाल बांधला. त्याचा मुलगा म्हणाला, ''बाप्पा, मम्मी, ये सोडी रुमाल लिधी छे!''

प्रत्येक धर्मात, प्रत्येक पंथात देवासमोर डोक्यावरच्या पदराला महत्त्वाचे स्थान आहे. डोक्यावरचा पदर हा नम्रतेचे, स्त्रीच्या शालीनतेचे प्रतीक मानला जातो. कबीराने ईश्वराची प्रार्थना करताना 'घुंगट का पट खोर रे' अशी ईश्वराला प्रार्थना केली होती. लोहगडाच्या बैठकीत मी भक्तांची वागणूक निरीक्षित होतो. येणारे वैष्णवजन हजारापेक्षा अधिक रकमेचे दान करून पावत्या फाडत होते. पुजाऱ्यांच्या बडवेगिरीवर त्यांनी नियंत्रणही आणले होते. एका कुलूपबंद डब्यात बडव्यांची,

पुजाऱ्यांची टीप टाकली जायची. महिनाअखेरीस तो डबा उघडून समान वाटप व्हायचे. यामुळे भक्तांचाही छळवाद थांबला.

राज ठाकरे म्हणतात, 'भय्या हात पाय पसरी' याचा प्रत्यय येथेही आला. गुजराती बैठकांना गुजराती पुजारीही मिळत नाही. यामुळे मुख्याजीच्या दिमतीला तिवारी आले. तिवारी अलाहबादचे. दोन वर्षांनी त्यांनी आपल्या मुलाला आणले. तिसऱ्या वर्षी संस्कृतमध्ये एम. ए. केलेल्या आपल्या घराशेजारील मिश्राला आणले. फक्त मुख्याजी गुजराती; बाकी तिघे अलाहबादचे! मिश्रा हा तरुण म्हणाला, ''भाईसाहब, ब्राह्मण को आज नौकरी कोन देता है? झाडू लगाने के लिये इधर आए अब यहीं के हो गये.'' ब्राह्मणांची कैफीयत बाहेर पडत होती.

निसर्गरम्य अशा लोहगडाच्या बैठकीवरच्या दोन दिवसांत कृष्णाशी माझा जीव गुंतला नाही. परंतु जंगलाचा शांत महासागर थुई-थुई नाचणारे पक्षी, रात्रीचे काजवे लुकलुकताना माझ्या डोळ्यांत भारतीय धर्मसाधनेच्या उतार-चढावाची गाठोडी खुलली जात होती. भगवान कृष्णाच्या पूर्णावतारी संकल्पनेच्या सुगंधात मी गुदमरून जात होतो. पण याचेही मला भान होते की, संस्कृतीच्या नावाखाली सर्वसामान्यांची पारध होते. अंधश्रद्धेखाली 'सबही नचावत राम गुसाई' हे होतच असते. मंदिराजवळ वाहणाऱ्या नदीसारखी सहिष्णुता आपल्याजवळ किती आहे? अरुणा ढेरेंच्या कवितेत म्हणायचे तर—

यांच्या कांकण वाजत्या हातांचे
भरघोस नमस्कार स्वीकारताना
माझे दैवी हसूही नंतर सहज सांभाळता येत नाही,
की कौल मागणाऱ्या चेहऱ्यांकडे पाहावत नाही.
साहवत नाहीत नवसांची आर्जवे
आणि आपल्या अमरत्वावर हरघडी उडणारे
मर्त्य दु:खाचे थेंब पुसण्याचेही धैर्य उरत नाही!

●

११.
जिम कॉर्बेट पार्कची सफर

शिकार हा छंद आहे; परंतु नरभक्षकापासून डोंगर-दऱ्यांतल्या गरीब माणसाला वाचवण्यासाठी जिम कॉर्बेटने खांद्यावर बंदूक लटकावली होती. रुद्र प्रयागपासून नैनितालपर्यंतचे जंगल पायाखाली तुडविले होते. नैनिताल या थंड हवेच्या ठिकाणी त्याने जीवनाची २५ वर्षे वास्तव्य केले होते.

'The India I know, there are four hundred million people, ninety percent of whom are simple, brave, loyal, hardworking souls whose daily prayer to God and to whatever Government is in power, is to give them security of life and property to enable them to enjoy the fruits of their labours. It is of these people, who are admittedly poor... among whom I have live and whom I love that I...'

हे वाक्य कोणा महात्म्याचे, नेत्याचे अगर योगी-संन्यासाचे नसून जिम कॉर्बेट नावाच्या प्रख्यात शिकाऱ्याचे आहे. भारतीय मातीशी, डोंगर-दऱ्यांशी, पशु-पक्ष्यांशी समरूप झालेल्या अशा जिम कॉर्बेटचे आहे. विद्यार्थिदशेत 'मॅन इटर ऑफ कुमाऊँ' ही त्याची रोमांचकारी कथा वाचलेली होती. 'लेपर्ड ऑफ रुद्र प्रयाग' 'Jungle lore', 'The Temple Tiger', 'Tree Tops' ही त्याची पुस्तके मी वाचलेली होती. यामुळे जिम कॉर्बेट नावाच्या व्यक्तीबद्दल माझ्या मनात आदराची अनेक गवाक्षे होती.

भारतातील असंख्य जंगले मी माझ्या ४५ व्या वयापर्यंत पालथी घातली होती. परंतु कुमाऊँमधील जिम कॉर्बेट पार्क पाहायचे राहून गेले होते. साधारणत: जंगलात घुसायचे, अरण्यवाचन करायचे; तर चार-दोन माणसे बरोबर असावीच लागतात. यात्रा कंपनीबरोबर अरण्यवाचन करणे म्हणजे मोतीबिंदू पिकलेल्या माणसाने पुस्तक चाळावे; असेच असते. यात्रा कंपन्यांना पैसे मिळवायचे असतात. प्रवाशांच्या झुंडीने आपल्या वैयक्तिक जीवनातील यात्राखंडात रिक्त पान भरायचे असते. अशा पद्धतीने जंगलवाचन होत नाही.

भारतातील पहिले अभयारण्य

नैनितालजवळ रामपूर हे नवाबी संस्थानी गाव आहे. तेथून जवळजवळ चारशे ते सहाशे किलोमीटरच्या वनक्षेत्रात एक जंगल पसरलेले आहे. सदाहरित जंगलापासून फर, ओक, चीड, देवदार, बांझ, बुराँझच्या वृक्षराजींचे महासागर येथे पसरले आहेत. भगवान शंकराच्या घनघोर जटांतून अवतरलेले अगणित ओढे, नाले एप्रिल महिन्यातच सुकले होते. त्यामुळे त्यांच्या नादब्रह्माच्या आनंदाला आम्ही मुकलो होतो. भारताच्या माजी पंतप्रधान इंदिरा गांधी यांचे वन्य प्राण्यांवर अतिशय प्रेम होते. इंदिरा गांधी कठोर प्रशासक जरी होत्या, तरी त्यांच्याजवळ हळवे मन होते. त्यांनी भारतातले पहिले अभयारण्य जिम कॉर्बेट या शिकाऱ्याच्या नावाने कृतज्ञता म्हणून घोषित केले. मला जंगलात काय पाहायला मिळाले यापेक्षा मी जिम कॉर्बेटची पावले उमटलेली माती भाळी लावण्यासाठी या जंगलात गेलो. हिमालयाच्या जंगलात कैलासवासी जगदीश गोडबोलेबरोबर ४०० मैलांचा ट्रेक केला होता. तो ट्रेक गढवालमधील होता. कुमाऊँ राहून गेले आणि म्हणूनच वयाच्या ७२ व्या वर्षी विरळ होत जाणाऱ्या या जिम कॉर्बेट पार्कला भेट दिल्याशिवाय आपली वनयात्रा अधुरीच राहील, असे वाटले. यात्रा कंपनीने फसवणूक करूनही जिम कॉर्बेटचा एक कोपरा पाहता आला, हेच मी सुदैव मानतो.

रामनगरहून साडेचार वाजता शिकारीच्या सफारी गाडीतून सहा-सहाच्या चमूने आम्ही मार्गस्थ झालो. जीपचालकाला जंगलाचा वास, प्राण्यांची वाट माहीत होती. आमच्या चालकाने चरणाऱ्या सांबराजवळ आम्हाला नेले. सर्वच जंगली जनावरांजवळ जाण्यासाठी सुरक्षित अंतर राखावं लागतं. जंगलाचा आवाज व गंध याच्याशी परिचित व्हावं लागतं. नि:शब्द शांतता ठेवावी लागते. आमच्यासमोर सांबराची जोडी चरत होती. रस्त्याला समांतर होऊन ती छोट्याशा टिल्यावर चरत होती. परंतु आमच्यातील माणसांचा 'ते बघा—हे बघा' आवाज होताच झुडपातून निरीक्षण करणारी सांबरे धूम पळाली.

चितळांची झुंड

जिम कॉर्बेट पार्कच्या विखुरलेल्या थोड्या उंच छत्र्यांसारख्या जागेपर्यंत आम्ही पोहोचलो. वन खात्याचे गेट बंद झाले होते. साडेचारनंतर पार्कमध्ये यायला परवानगी नसते. परवानगी नाकारण्यात आल्याने चालकाचा चेहरा काळवंडला, हे त्याच्या हिरमुसलेल्या चेहऱ्यावरून माझ्या लक्षात आले. मी चालकाबरोबर खाली उतरलो. वनाधिकाऱ्यांना माझे माजी प्राचार्यांचे ओळखपत्र दाखविले. आदबशीर बातचित केली. एन्ट्री कशा करायच्या, हे अनेक कारकुनांजवळ मी शिकलो होतो. तो मंत्र सांगितला. "छत्रपती शिवरायांच्या साताऱ्याहून आम्ही आलो आहोत; वापिस मत भेजना!" हे सर्व ऐकून गांधी छापाची एकही नोट पुढे न सरकवता साडेसहापर्यंत परत येऊ, या अटीवर त्यांनी बंद केलेला दरवाजा खुला केला.

जिम कॉर्बेट पार्कच्या जंगलातून फिरताना चितळांची एक झुंड पळत होती. पांढऱ्या ठिपक्यांची हरणं म्हणजे 'चितळ' होय. भारतातील वैशिष्ट्यं असलेली ही चितळं होती. आमचा सुगावा लागताच ती झाडीत लुप्त झाली. हरीण पार्क भरलेले आहे. सांबराला टेकाड प्रदेश व दाट झाडी पसंत असते. ठिपकेवाले चितळ जंगलाच्या तळवट भागात व गवताळ भागात असल्यामुळे आमच्या नजरेस पडले. हरीण कुलातील १७ प्रजाती जिम कॉर्बेट पार्कमध्ये वावरतात. वाघाला त्यांचे खाद्य मिळते.

आमची जीप एका थंड पाण्याच्या झऱ्यांपाशी आली. येथे झरे बांधलेले आहेत. एक रामाचे देऊळ तेथे होते. सीतामाईंचे स्वतंत्र मंदिर होते. तेथे पुजारीबाबा एकटेच राहत होते. रामाने गर्भवती सीतेचा त्याग केल्यानंतर सीतेला येथेच आश्रय मिळाला. लव-कुशाचा जन्म येथेच झाला, अशी आख्यायिका पुजारीबाबाने सांगितली. जवळच्या डोहाजवळ वन खात्याने जंगली प्राण्यांसाठी पाणवठे तयार केले होते. पुजारीबाबा म्हणाले, "येथे वाघ, अस्वले, हरणे यांचा वावर असतो. विदेशातील मुले येथे मुक्काम करतात. पहाटेच उठून जंगलात फिरतात. उघड्यावर झोपतात. रात्री परत येतात. जंगल पाहायचे, तर या गोऱ्या लोकांसारखी जिद्द हवी." वाघ दिसला नाही म्हणून आमचे सहयात्रिक कुरकुरत होते. जिम कॉर्बेटलाही वाघाचा माग काढण्यासाठी रात्र-रात्र मचाणावर अगर झाडांच्या आडव्या फांद्यांवर बसून काढावी लागली होती. आमच्या मनोरंजनासाठी वाघ सहज येणार नव्हता. वाघ हा इतका स्वस्त प्राणी नाही, की आपल्याला समोर येऊन सांगेल, साहब, सातारेसे आये हो? चलो, आईए! वाघ हा तसा जंगलाच्या अंतर्भागात दिसणारा इथे कसा भेटणार? या जंगलात चांदोव्याचे रानगव्यांचे कळप होते.

लहानपणापासून 'माकडा, माकडा हुप्...' अशी म्हणायची सातारकडच्या वास्तव्यात बालवयापासूनची खासियत आहे. जंगलात माकडं आणि वानरांचा मुक्कामच असतो. जिम कॉर्बेटच्या पाणथळ जागेवर माकडं आणि वानरे झाडावर बसली होती. माकड कधी एकटे राहत नाही; त्यांची मोठी टोळी असते. माणसांप्रमाणे ती भांडतात आणि मारामाऱ्याही करतात. माकडिणीची पोरं आईच्या पोटाशी चिकटूनच होती अन् झाडावरच लांब-लांब उड्या मारणारी माकडं आम्हाला भेटत होती. संपूर्ण टोळीला वेगवेगळे आवाज काढून आपल्यापेक्षा वेगळे कोणीतरी जंगलात आले आहे, असे सूचित करीत होती.

पक्ष्यांचे रंग

माझ्याबरोबरच्या सहयात्रिकांना संध्याकाळच्या वेळी पक्ष्यांचे अनेक रंग दिसले. पक्षी खरे वृक्षमित्र आहेत. ते नवा वृक्ष जन्माला घालतात. आता जंगल अंधारले जात होते. सारी पिल्लं घराकडे परतत होती. आनंदाची लकेर उमटत होती.

तशीच वेळ आली तर मीही पत्करेन वनवास तुझ्यासोबत
महालातील ऐश्वर्याची
आठवणसुद्धा काढणार नाही
आपण दोघांनी मिळून
उभारलेल्या झोपडीत
सुवर्ण मृगाचा हट्ट तर
मुळीच करणार नाही
माझी अट फक्त एकच आहे—
वनात जाताना रामाच्या खांद्यावर
धनुष्य होते.
लक्ष्मणाच्या खांद्यावर धनुष्य होते
धनुष्य नव्हते फक्त त्या दोघांच्या
मधून चालणाऱ्या सीतेजवळ.
पण आयुष्याची बिकट वाट
तुझ्याबरोबरीने चालणाऱ्या मला मात्र
सीतेसारखं शस्त्रहीन राहून चालणार नाही
पुरुषप्रधान समाजानं आखून दिलेली
बेगडी लक्ष्मणरेषा ओलांडणाऱ्या मला

आता शस्त्रसज्ज झालंच पाहिजे
संपूर्ण समाजासाठीच एक
मर्यादारेषा आखण्यासाठी!

जिम कॉर्बेटमध्ये नैराश्याचे मळभ आले, परंतु मनातला उत्साह म्हणाला —
आत्ताच टाटा करू नकोस. बाय-बाय म्हणू नकोस. एखाद्या वनमित्राला घेऊन
चांगला चार दिवस मुक्काम ठोक. आज जिम कॉर्बेटची अल्पाक्षरे वाचलीस; पूर्ण
ग्रंथ वाचायचा असेल, तर बाड-बिस्तरा घेऊन ये. यात्रा कंपन्यांचे जिम कॉर्बेटचे
प्रलोभन हे लबाडाचे आवतण आहे. यात्रा कंपन्यांपेक्षा कुमाऊँ निगमच्या मुंबई
कार्यालयात संपर्क साधून वन खात्याच्या छावणीचे बुकिंग कर. मी मनात म्हणालो,
'जिम कॉर्बेटशी परत यावे'. अशी सलामी झाली. भारताच्या वनयात्रेतील एक श्रेष्ठ
वनसंरक्षक जिम कॉर्बेट याचे नावच मोठे! जंगलातल्या ढाण्या वाघासारखी चाल
त्यांची... त्या हॅट घातलेल्या, खांद्यावर बंदूक लटकावलेल्या जिमसाहेबांचे मानस
-चित्र मनात कोरले गेले.

●

१२.

अनासक्त भूमी– कौसानी

तुम्हाला आयुष्यामध्ये उत्तुंग स्वप्ने पाहायची असतील, तर हिमालय हेच त्याचं उत्तर आहे. परंतु हिमालय हा तरुण पर्वत असून अत्यंत ठिसूळ आहे. रामनगरहून जिम कॉर्बेट पार्कला वळसा घालून आमची बस कौसानी-रानीखेतच्या दिशेने 'बेताल' घाटातून वर जात होती. जिकडे पाहावे तिकडे 'लँड स्लाईड'. चीड, देवदार, ओकची झाडे नसती तर हिमालयाचा भूखंड वेगाने कोसळून गेला असता. फक्त आठ फुटांचा रस्ता खाली अन् मृत्यूच्या दऱ्या! लँड स्लाईडमुळे जागोजाग पडलेली धूळ, गोटे व राडारोड्याचे ढिगारे... या सर्वांवर मात करत 'चक्रधर' आमच्या सुरक्षेची काळजी घेत होता. जर चक्रधराची नजर बदलली, एक डुलकी लागली तरी आम्ही सर्व जण मृत्यूचे यात्रिकच ठरलो असतो. 'बेताल' घाट या शब्दातच हिमालयाने पर्यावरणाच्यामुळे बेताल झालेला मानवी प्राण्यांचा, पशू-पक्षी, वृक्ष-वल्लरी यांच्या विरोधी सुरू केलेल्या बेलगाम कृतीचा अर्थ उमगत होता; त्यामुळे हिमालय हा अवघड बनत चालला होता. रस्त्यातील राडारोड्याचे ठिकठिकाणी पसरलेले ढिगारे त्याचे प्रतीक होते.

आमचा ड्रायव्हर कुशलतेने २५-२० च्या गतीने राडारोडा तुडवत गाडी रानीखेतकडे नेत होता. माझी बैठक ड्रायव्हरच्या मागे होती. मी एकटक बघत होतो. इंद्रिये स्तब्ध व्हावीत, असे क्षण येत होते; परंतु ड्रायव्हरच्या कौशल्यामुळे अंगावरचे रोमांच कमी-कमी होत जात होते. मधून-मधून झरे वाहताना दृष्टीस

पडत त्या वेळी सुमित्रानंदन पंतांच्या ओळी तोंडावर येत होत्या.

झर मर कर पत्रों के पास
रण मण रोडों पर सायास
हँस हँस सिकता से परिहास

गाडी वर जाताना हिमालयाचा मेखलेसारखा असलेला आकार डोळे फाड-फाडून पाहत होतो. जसजसे उंचीवर जात होतो तसतशी थंड हवा नसानसांना उत्तेजित करत होती. मधूनच उफाळणारे झरे मोत्याच्या लडीसारखे वाटत होते. उंच उंच आकाशाला गवसणी घालून चीडचे वृक्ष आपल्या उंच आकांक्षा कशा असाव्यात, हेच जणू शिकवीत होते. हिमालयाची हवा सातत्याने बदलत असते. जितके उंच जाऊ तितके हिमानी धुके कुठे तरी त्या पर्वताला व त्याच्या सौंदर्याला लपवत होते. रानीखेत, अल्मोडा यांचे चेहरे सारखेच! बर्फामुळे उतरती छपरे व डोंगरउतारामुळे घरांची वर-खाली होणारी रांग! बर्फाच्या माऱ्यापासून घर वाचावे म्हणून घराच्या छपरावर टाकलेल्या स्लेटाच्या चकत्या व झाडांत आपल्याला हरवून टाकणारी ही गावे रमणीय होती. उत्तरांचल सरकारच्या अतिथी गृहात पाऊल टाकले. एक नोकरशहा भेटला. थोडेफार बघू दिले. परिसर खूपच रम्य होता.

तुम्हाला खरा हिमालय पाहायचा असेल, तर दार्जिलिंगप्रमाणे कौसानीला जायलाच हवे. कौसानी हे महात्मा गांधींना भुरळ पाडणारे गाव! महात्मा गांधींचे अनेक आश्रम मी पाहिले आहेत. दोन दिवसांकरिता आलेल्या महात्मा गांधींनाही कौसानीने भुरळ पाडली. कौसानीला महात्मा गांधी १४ दिवस राहिले. महात्मा गांधींना संस्कृत कळत होते की नव्हते, हा प्रश्न मला छळत असतो. महात्मा गांधींनी कौसानीलाच गीतेवरील भाष्य करणारे 'अनासक्ती योग' हे पुस्तक लिहिले. त्या गांधीभक्ताने—चहाच्या मळेवाल्याने—गांधीजींच्या निवासामुळे पुनित झालेली आपली वास्तू उत्तर प्रदेश सरकारकडे सुपूर्द केली. थोर स्वातंत्र्यसेनानी आचार्य कृपलानी यांच्या पत्नी सुचेता कृपलानी या उत्तर प्रदेशाच्या मुख्यमंत्री असताना त्यांनी राष्ट्रीय स्मारक म्हणून ती जतन केली. गांधी स्वच्छतेचे भोक्ते! या आश्रमात स्वच्छता तर होतीच, पण सायंप्रार्थनेची उदात्तता मनाला प्रसन्नता देत होती.

कौसानीच्या अनासक्ती आश्रमात बसून डोळे मिटले. आजचे हिंसक वातावरण पाहतानाच बापू गांधींना प्रश्न केला —

किन तत्त्वों से गढ जाओगे तुम भावी मानव को?
किस प्रकाश भर जाओगे इस समरोन्मुख भव को?
सत्य-अहिंसा से आलोकित होगा मानव का मन?
अमर प्रेम का मधुर स्वर्ग बन जाएगा जग जीवन?

आत्मा की महिमा से मंडित होगी नव मानवता?
प्रेम शक्ती से स्थिर निरस्त हो जाएगी पाशवता?

सुमित्रानंदन पंत

अनासक्ती आश्रमात एक चबुतरा उभा केलेला आहे. या चबुतऱ्यावर चढल्यावर एक संगमरवरी पाटी बसवलेली दिसून येते. त्या पाटीवर हनुवटी टेकताच २० हजार फूट अणि त्याहून उंच नंदादेवीसारखी ९ शिखरे दिसतात. हिमांनी वेढलेली ही शिखरे शांत, समाधिस्थ वाटतात. हिमालयाचे शाश्वत सौंदर्य येथे जागे होते. ही शिखरे पाहताना आनंदाचे तरंग तर उठतातच; पण संध्याकाळी मावळतीच्या सूर्यकिरणांनी एखादा मुकुट दिसावा तसे ते उठून दिसतात. रजत पौर्णिमा पाह्यची असेल तर कौसानीला गेलेच पाहिजे. त्या शांत संध्याकाळी नीरव शांतता, थंड वाऱ्याच्या झुळकी, स्वर्गाहून अधिक सुंदर अशा हिमालयाच्या भव्यतेची कल्पना देत होत्या. निळ्या-निळ्या आभाळाकडे जाणाऱ्या या शिखरांवरचे शेकडो हिमकण हसत होते. असंख्य वृक्ष, असंख्य फुलांचे रंग या हिमालयाला रंगीत करीत होते. सुमित्रानंदन पंत यांनी या हिमालयाचे संध्याकाळचे वर्णन केले आहे.

'रंग रंग के चित्रित पक्षी
उडते नभ में गीत तरंगित,
उष्मा का सूर्यातप तुम में
लगता शीतलता सा मूर्तित,
इंद्रचाप पुल पर, वर्षा में
सुरबालाएँ आ जाती नित!
चीडों के तरु वन का तम
साँसे भरता मन में आंदोलित,
दरियों की गहरी छायाएँ
ज्योतिरिंगणों से थी गुंफित!'

कौसानीचा सूर्यास्त जेवढा रम्य, तेवढाच सूर्योदयाचा क्षणही आल्हादकारक! आम्ही आमच्या सागर हॉटेलच्या गच्चीवर जमलो अन् पहिल्या सूर्यकिरणाची वाट पाहत होतो. हळूहळू सूर्याची किरणे समोरच्या नंदादेवी शिखरावर उतरत होती. जणूकाही या हिमपर्वतात ती झिंगत होती. सकाळच्या वेळी झाडेही या सूर्याच्या प्रथम किरणांनी हसत होती. रात्रभर झोपलेले पक्षी सूर्याच्या या प्रथम स्वागताला दाद देत होते. एखाद्या अंधाराच्या गुहेतून सूर्य वर येत होता. मागच्या बाजूला मावळतीचा चंद्र हळूहळू निष्प्रभ होत उगवत्या सूर्याला वंदन करीत होता. हा

ज्योतिपुंज सूर्य वर येताना जणू काही नवजीवनाच्या स्पंदनांची आठवण देत होता.

महाराष्ट्रात बालकवी व ना. धों. महानोर हे निसर्गकवी मानले जातात. हिंदीचे महाकवी सुमित्रानंदन पंत यांची जन्मभूमी कौसानी! उत्तरांचल सरकारने त्यांचे स्मारक उभे केले आहे. मी या देशातील अनेक हुतात्म्यांची, देशभक्तांची, साहित्यिकांची स्मारके पाहतो. ती स्मारके नसतात; ते असतात सांस्कृतिक दस्तऐवज!

मी स्मारकात गेल्यानंतर पाहिले, तर कोणीही तेथे नव्हते. एका मोठ्या दालनात सुमित्रानंदन पंतांच्या अनेक छब्या होत्या. पुस्तकांची कपाटे होती. गांधींच्या अनासक्ती आश्रमात गांधीजींचे दक्षिण आफ्रिकेतील असंख्य फोटो होते. सेवाग्राम, साबरमती, आगाखान महाल इत्यादी ठिकाणच्या गांधीजींच्या सुरेख प्रतिमा होत्या. मात्र, या कवीच्या स्मारकात प्रतिमांवर जळमटे होती. ना रखवालदार, ना कारकून... माहिती देणारा कोणीच नव्हता.

बाहेर प्रांगणात या श्रेष्ठ कवीचा अर्धपुतळा होता.

सुमित्रानंदन पंतांना दि. के. बेडेकरांच्या घरी मी भेटलो होतो. बालसुलभ चेहरा, लांब केस, हिमालयाचा गौरवर्ण घेतलेला चेहरा व हातात निरनिराळ्या खड्यांच्या अंगठ्या! अनेक हिंदी कवींवर मार्क्सवादाचा प्रभाव होता. दि. के. बेडेकर हसत म्हणाले, ''अरे, हा कवी साम्यवादी होऊच शकत नाही.'' सुमित्रानंदन पंतांनी आपल्या आयुष्याच्या प्रत्येक पानावर निसर्गचित्र रंगवलेले होते.

सुमित्रानंदन पंतांच्या पुतळ्याजवळ मी गेलो. वाकून नमस्कार केला. कौसानीच्या या सुपुत्राच्या अर्धपुतळ्याखाली दिलेल्या ओळी वाचताना सद्गदित झालो. सुमित्रानंदन पंतांनी काही ओळींतच हिमालय त्यांना कसा वेढून राहिला होता, हे शब्दांकित केले होते.

मानदंड भू के स्वर्गारोहण
पुण्य धरा के स्वर्गारोहण
प्रिय हिमाद्रि, तुमको हिमकणसे
घेरे मेरे जीवन के क्षण!
मुझ अंचलवासी को तुमने
शैशव में आशी दी पावन।

कौसानीच्या कुशीतच बागेश्वर मंदिर आहे. या बागेश्वर मंदिराचा परिसर पाहिला. या नागरशैलीत बांधलेल्या ९ व्या व १२ व्या शतकातील मंदिरातल्या सुरेख मूर्ती चोरीला गेलेल्या आहेत. कोणत्याही मंदिरात स्वागतासाठी गरुड अगर जय-विजय असतात; परंतु बागेश्वर या भगवान शंकराच्या मंदिरात स्वागताला गणपतीच्या दोन मूर्ती होत्या.

हिमालय ही गंधर्व-किन्नरांची भूमी! त्यामुळे अप्सरा विविध भावमुद्रांनी प्रवाशांना लुभावत होत्या. खरेतर भारतीय शिल्पकला हिमालयापासून सुदूर रामेश्वरापर्यंत कशी फुलासारखी विकसित होत गेली, हे मंदिरावरून कळत होते. भारतातील सर्व प्रख्यात मंदिरे माझ्या भ्रमंतीत मी नजरेखाली घातली होती. भारताची एकात्मता भगवान शिवानेच अखंड राखली आहे. बैजनाथ मंदिरानंतर बागेश्वरीला पार्वतीची सुरेख मूर्ती आहे. मदुराईची हातात पोपट घेतलेली, अंधाऱ्या गर्भगृहात समईच्या प्रकाशात शिल्पकाराचे कौशल्य दाखविते. परंतु मला आवडलेली पार्वतीची सुंदर मूर्ती फक्त बागेश्वरलाच आहे. पार्वतीच्या दोन्ही हातांवर अप्पय्या ते गणपती अशा २६ मूर्ती रेखाटलेल्या आहेत. पार्वतीच्या बाहूवरील प्रत्येक मूर्ती दुसऱ्या मूर्तीहून सुंदर आहे. ही पार्वती अग्निशिखेप्रमाणे भासली. शंकराच्या मूर्तीवाचून असलेली ही मूर्ती एखाद्या ज्वालेप्रमाणे भासत होती. तिच्या डोळ्यांत अंगार होता. साक्षात भवानी वाटत होती.

मी गंगा, यमुना, नर्मदा, कृष्णा, गोदावरी या सर्व नद्यांचे उगमस्थान पाहिले होते. येथे क्षिप्रा-कावेरी-शरयू नदी भेटली. अयोध्येला शरयूत अनेक वेळा पाय बुडविले होते. असंख्य माशांना आपल्या डोहात घेऊन गोमती नदीला गळ्यात गळा घालून नेणारी शरयू नदी पाहताच माझ्यातील हिंदू जागा होऊन म्हणू लागला —

'गंगा, सिंधू, सरस्वती च यमुना गोदावरी नर्मदा ।
कावेरी शरयू महेन्द्रतनया चर्मण्वती वेदिका ।
क्षिप्रा नेत्रवती महासुर नदी ख्यात जया गण्डकी,
पूर्णाः पूर्णजलेः समुद्रसहिताः कुर्वन्तु मे मंगलम् ।।'

या प्रख्यात नद्या पवित्र जलाने परिपूर्ण होऊन समुद्रासहित माझे कल्याण करोत.

१३.
नैनिताल : एक स्वर्गभूमी

नैनितालच्या प्रत्येक उतारावर कोणत्या ना कोणत्या दिशेला एक सरोवर असतेच. 'सप्तताल' या सरोवराभोवती झाडांची प्रचंड गर्दी अन् रात्री-बेरात्री येथे वाघाचा वावर असतो. उत्तरांचल सरकारने येथे निवासी बंगले बांधले आहेत. परतताना 'नऊकुचियाताल' हे सरोवर तुम्हाला खुणावते. त्याला नऊ कोन आहेत.

भारतातील अनेक गिरिस्थाने मी पाहिली आहेत. पहलगाम, गुलमर्ग, श्रीनगर, महाबळेश्वर यानंतर कोणी मला विचारले, 'तुझे आवडते गिरिस्थान कोणते?'; तर माझ्या तोंडून एकच उत्तर येईल — 'नैनिताल!' नैनिताल हे दिल्लीच्या ईशान्येस २३३ किलोमीटरवर शिवालिक पर्वतश्रेणींत ७००० फूट उंचीवर आहे. रेल्वेने काठगोदामपर्यंत जाता येते.

नैनी ही नैनितालची लोकदेवता आहे. १०४३ मीटर लांब, ४६३ मीटर रुंद आणि २८ मीटर खोलीच्या या 'नयनमनोहर' सरोवरावरून नैनिताल हे नाव पडले. माझी खोली नेमकी सरोवरासमोर होती. रात्री गॅलरीत खुर्ची टाकून मी सरोवराकडे पाहत होतो.

नैनिताल शहराचा विस्तार ओक, सायप्रस वृक्षांच्या जंगलवेष्टित टेकड्यांवर झाला आहे. उत्तर प्रदेश सरकारची एके काळची उन्हाळी राजधानी व आत्ताच्या उत्तरांचल सरकारचे उच्च न्यायालय येथेच भरते. सरोवराभोवती असलेल्या विजेच्या मर्क्युरी लॅम्पच्या व शहराच्या पडछाया या सरोवरात पडलेल्या

होत्या. जणू हे शहर हजारो डोळ्यांनी रात्रीच्या वेळेस या सरोवरात आपला महाकाय आकार पाहत असावे! सायप्रस, चीड वृक्ष या सरोवरात जणू डोकावत होते.

नैनिताल नगर परिषदेचा एक नियम मला आवडला. संध्याकाळी ६ नंतर बोटिंग नाही. सरोवराभोवती वाहनांना बंदी. रिक्षाचे चाकसुद्धा फिरणार नाही. यामुळे नैनिताल सरोवराभोवती एक शांतताच नांदत होती. स्वच्छ-निळे आकाश आपले प्रतिबिंब या सरोवरात पाहत होते. जणू काही सारे नैनिताल शहर सरोवरात आपला चेहरा पाहत होते. रात्रीच्या वेळेस या सरोवराभोवतालच्या जॉगिंग ट्रॅकवरून भटका— दिव्यांचे उभे खांब आतून वर आले आहेत, असे वाटेल. हे एकच शहर असे आहे की, त्याच्या आसपास सात सरोवरे आहेत. इतके मोठे सरोवरांच्या वेढ्यात असलेले कोणतेही हिल स्टेशन भारतात नाही. निसर्गाचे अपरिमित सौंदर्य लुटायचे असेल, तर नैनिताल हेच त्याचे उत्तर आहे. महाबळेश्वरसारख्या झुंडी नाहीत. खानपानाच्या गाड्या नाहीत. सरोवराभोवती फेरफटका मारताना ना रस्त्यावर 'बिस्लेरी'चा खच, ना चाट खाल्लेल्या फेकून दिलेल्या द्रोणाच्या राशी. खानपानाची चौपाटी नैनितालला होऊ दिली नाही. यामुळेच ज्याला शांततेचा शोध घ्यायचा आहे, त्याने नैनितालच राहावे.

उत्तरांचल सरकारने आपल्या सर्वच थंड हवेच्या ठिकाणी भरभक्कम रोप वे निर्माण केले आहेत. रोप वेमधून आम्ही उंच पठारावर गेलो. परंतु हिमालयाच्या हिमानी शिखरांना धुके पडद्यात घेऊन बसले. धुके पाहताना मी आळवणी करत होतो— 'परदा है, परदा... परदे के पीछे परदा नशीं है... परदा उठाओ...' परंतु असंख्य शिखरे असलेला हिमालय आपले रजतरूप दाखवायला तयार नव्हता. हिमालयाचा मोतिया रंगाचा शृंगार पाहण्याचा प्रयत्न अधुराच राहिला. छोट्या मुलासारखा हट्ट करून, रडण्याचे बाकी ठेवून, भग्न हृदय घेऊन रोप वेवरून खाली आलो.

नैनितालला केव्ह पॉइंटच्या ठिकाणी गुहा आहेत. चेरापुंजीत मी गुहा पाहिल्या होत्या. महाबळेश्वराची रॉबर्स केव्ह आरपार जाऊन पाहिली. परंतु या गुहा खूपच अरुंद, उंचीलाही कमी—यामुळे मी आत गेलो नाही. हृदयविकारी व्यक्तींना चिंचोळ्या जागेत श्वासाचा त्रास होण्याची शक्यता असते. परंतु सौ. दमयंती, परांजपे दाम्प्त्य व वृद्ध दवळी दाम्पत्य अगदी लहान मुलाच्या उत्साहाने दोन-तीन गुहांतून जाऊन वर बगीच्यात आले. त्यांचे शैशव उफाळून आले होते. जणू आग्र्याहून शिवाजीमहाराज आले, तसा उत्साह या सर्वांच्या चेहऱ्यावर होता.

याच रस्त्याने जाताना 'बारा पत्थर' हा दगड लागतो. तांबड्या रंगाची ही

महाकाय शिला हवामानाच्या बदलाचे आडाखे बांधण्यासाठी नैनी विद्यापीठाने उभी केली होती.

प्रत्येक हिल स्टेशनला लोक 'मधुचंद्रा'साठी जातातच. निसर्गाच्या सान्निध्यात मिळणाऱ्या एकांतात त्यांना एकमेकांच्या कुशीत विसावा घ्यायला आवडते. या पॉइंटला 'लव्हर्स पॉइंट' म्हणतात. कविवर्य तांबे यांची 'डोळे तुझे जुलमी गडे' अगर 'पाकिजा'मधील 'चलते चलते सरेराह कोई मिल गया था!' या गझला तोंडावर येत होत्या. गझल हा वाङ्मयप्रकारच प्रेमाचा दर्द आळविणारा आहे. शेरोशायरीला येथे आपोआपच ऊत येतो. वयाची साठी ओलांडली तरी एखाद्या भाऊसाहेब पाटणकरांसारखे जगणे जगावेसे वाटते.

भ्रमरापरी, सौंदर्यवेडे आहो जरी ऐसे आम्ही
इश्कातही नाही कुठेही भिक्षुकी केली आम्ही ।
खेळलो इश्कात, आम्ही बेधुंद येथे खेळलो ।
लोळलो मस्तीत, नाही पायी कुणाच्या लोळलो!'

परस्परांना चिमटे काढत कर्मेंद्रिये श्रांत झालेली असतानाही वृद्धत्वी परस्परांना घुसळावे, असा हा पॉइंट आहे. खोल दरीत पाण्याचा निळा स्वच्छ आरसा होता. एक सुंदर हॉटेल त्या आरश्यात 'सांग दर्पणा मी कसा दिसतो' असा सूर आळवीत होते. कृपाताल हा येथून आपल्या निळाईने आकर्षित करीत होता. परतताना 'ट्रिग्निटी पॉइंट' पाहिला. घोड्यावरून तेथे जावे लागते. नैनितालच्या वायव्येस २६१० मीटर उंचीचे अत्युच्च स्थान असून सूर्योदयाचे व सूर्यास्ताचे रमणीय दृश्य पाहण्यासाठी पर्यटकांची तेथे गर्दी असते. पश्चिमेकडील २४३५ मीटर उंचीचे देवपथ व २२७४ मीटर उंचीचे आर्यपथ ही दोन उंच शिखरे दिसतात. बर्फाच्छादित पर्वतराजींचे सुंदर दृश्य येथून पाहता येते.

सरोवरांचे शहर

नैनितालच्या प्रत्येक उतारावर कोणत्या ना कोणत्या दिशेला एक सरोवर असतेच. 'सप्तताल' या सरोवराभोवती झाडांची प्रचंड गर्दी असल्याने रात्री-बेरात्री येथे वाघाचा वावर असतो. उत्तरांचल सरकारने येथे निवासी बंगले बांधले आहेत. परतताना 'नऊकुचियाताल' हे सरोवर तुम्हाला खुणावते. याला नऊ कोन आहेत. बोटिंगही करता येते. कोणतेही जंगल अगर लेणी घ्या; त्याला पांडवांची कथा चिकटलेलीच असते. पांडवांचा वनवास व रामाचा वनवास भारतीयांना आपल्याच भागात झाला असावा, असे वाटते. 'भीमताल' हे सरोवर मारुतीच्या उंच मूर्तीसाठी प्रसिद्ध आहेच; परंतु भीमाने येथे वास्तव्य केले होते, अशी जन:श्रुती आहे.

नैनितालकडे जाताना वाटेत 'निमकरोरी' महाराजांचे आश्रम व मंदिरे लागतात. यांचे आश्रम आणि मंदिरे स्वच्छ असतात. हे साईबाबांसारखे महाराज आहेत; परंतु यांचे चमत्कार, जनःश्रुती या शेवटपर्यंत आम्हाला अज्ञात होत्या.

नैनिताल पाहताना पापण्यांच्या पंखांवर खूप स्वप्ने तरळत होती. झाडांची हिरवाई, भव्य हिमालय अन् झुळझुळता वारा सांगता होता— 'परत ये.' पृथ्वीचे यौवनी सौंदर्य पाह्यचे, तर नैनितालला जायलाच हवे. नैनितालच्या सरोवरातून बोटिंग करताना सुमित्रानंदन पंतांची कविता तोंडावर आली.

'स्वर्ण, सुख, श्री सौरभ में भोर
विश्व को देती है जब बोर,
विहग कुल की कल कण्ठ हिलोर
मिला देती भू-नभ के छोर
गोरे अंगों पर सिहर सिहर,
लहराता तार-तरल सुंदर
चंचल अंचल सा नीलाम्बर ।
साडी की सिकुडन सी जिसपर,
शशि की रोशनी विभासे भर,
सिमटी है वर्तुल, मृदुल लहर।'

नैनितालच्या बाजारातून फिरताना निवडणुकीसंबंधी कोणतेच वातावरण नव्हते. एक रिक्षावाला म्हणाला, ''बाबुजी! नेता की बात, घोडे की लात, इस पर कोई भरोसा नहीं रखता!'' नैनितालच्या रस्त्यावर छातीचा भाता फुंकत सायकलरिक्षा ओढणारे भारताचे चित्र डोळ्यांसमोर येत होते. एकीकडे कोट्यधीश उमेदवार; दुसरीकडे अर्धनग्न, अन्न-वस्त्राला वंचित, झाडझाडोऱ्यात राहणारे श्रमिक जीव! अणुकरार झाला काय ना झाला काय, रामाचा व्यापार थांबो न थांबो, मशिदीतून वा मदरशातून बांग दिली जावो अगर न जावो; या गरिबांचे जीवन बदलण्याचा प्रयत्नच नव्हता. रिक्षावाल्याची उदासीनता सांगत होती, की 'जळो तुमची लोकशाही!' माझ्या जीवनाचे दुःख कोणीच कमी करणार नाही. छातीचा भाता फुगवत असाच पन्नाशीपूर्वी जगायलाही मी लायक असणार नाही. दुसऱ्याच्या इशाऱ्यावर नाचणं, हेच माझ्या नशिबी आहे.

सौंदर्याची खाण असलेल्या नैनितालच्या रस्त्यावरचे हे दुसरे चित्र उदास करीत होते.

साक्षात स्वर्गभूमी

नैनिताल शहर मेणबत्त्यांसाठी विशेष प्रसिद्ध आहे. नैनितालच्या 'बडा बाजारात' मेणबत्त्यांचे असंख्य नमुने मिळतात. प्रत्येक मेणबत्ती शो पीस म्हणून ठेवावी, इतकी गोड दिसते. या हिल स्टेशनला 'बार्गेनिंग' कमी चालते. मेणाचा व लाकडी वस्तूंचा हा बाजार मयसभेसारखा आहे. फक्त येथून विविध आकारांच्या मेणबत्त्या घरी नेणे, हेच अवघड! मेणबत्त्या बनविताना या पहाडी माणसांनी त्यात लालित्य ठेवले आहे.

नैनिताल ही स्वर्गभूमी आहे. काश्मीर नंदनवन असेल, परंतु स्वर्गीय शांततेचे हसरे चांदणे पाहायचे तर नैनितालशिवाय पर्याय नाही. उत्तरांचल सरकारचे मुंबईला चर्चगेटला कुमाऊँ व गढवाल निगमचे ऑफिस आहे. तेथे जाऊन कुमाऊँ निगमचे आरक्षण करावे. जुन्या दिल्लीहून काठगोदामला रेल्वे जाते. दिल्ली बस स्टॅण्ड वरूनही बसेस आहेत. नैनितालला चांगल्या प्रकारच्या जीप भाड्याने मिळतात. जीप भाड्याने घेऊन दोन दिवस परिसरात फिरावे. शांततालला मात्र मुक्काम करावा. कायम निवास नैनिताल ठेवावा. नैनितालची हॉटेलची भाडी खूप महागडी आहेत. असे असूनसुद्धा नैनितालला पाच-सहा दिवस निसर्गमय होण्यासाठी, मनाची सुंदरता वाढविण्यासाठी जाच.

●

१४.

रुद्रेश्वर - व्हाया कोकण रेल्वे

लोहगडापासूनच टेकडी उतरल्यावर धबधब्याच्या काठावरच रुद्रेश्वराचे मंदिर आहे. भगवान शिवाचे आणि रुद्राचे जवळचे नाते आहे. शिव आणि जल यांचा जवळचा संबंध आहे. गोव्याच्या या रुद्रेश्वराच्या मंदिरात मी प्रवेश केला. असंख्य ब्राह्मणगण सोवळे नेसून बसले होते. कुणाची पूजा, कुणाचा यज्ञ चालला होता; तर लहान बालकाचे जावळ काढले जात होते. शंकराची भव्य पिंड, महारुद्राचे अभिषेक चालले होते. हरळेश्वराचा धबधबा डमरूच्या नादासारखा या मंत्रांना साथ देत होता. मी मंत्रोच्चारण ऐकत होतो. संस्कृतमध्ये मंत्रांना सांगीतिकता दिलेली आहे. मंत्र हा स्वराच्या अवरोहाने अधिक श्रुतिसौख्य देतो. भगवान शंकर हा त्याच्या तांडव नृत्याबरोबरच लय आणि गतीसाठी प्रसिद्ध आहे. उगीच धावत्या आगगाडीसारखा मंत्र म्हणायचा नसतो. एकेक शब्द सांधत जेव्हा मंत्र येतो, तेव्हाच तो प्रभावी होतो. सुप्रसिद्ध गायिका सुब्बालक्ष्मी यांनी गायलेले विष्णू सहस्रनाम आणि व्यंकटेश स्तोत्र ऐकल्यावर ईश्वर स्तोत्र कसे म्हणावे, हे आपण शिकतो.

रुद्रेश्वर हे प्रसिद्ध आहे अस्थी विसर्जनासाठी. गोव्यातील हजारो हिंदू हरळेश्वराच्या धबधब्याच्या डोहात उभे राहून आपल्या पितरांना तिलांजली देतात. मी धबधब्या-खालच्या डोहात उभा राहिलो आणि माझी सहनशीलता वाढावी, शांत राहता यावं यासाठी उन्हातान्हात राबणाऱ्या कार्यकर्त्यांसाठी प्रार्थना केली. हे रुद्रेश्वरा, माझ्या वेदना वेचून घे. भगवान शंकराच्या उंचेल्या

पिंडीकडे हात जोडून अर्घ्य देताना म्हणालो,

कैलास राणा शिवचंद्र मौळी
फणिंद्रनाथा मुकुटी झळाळी
कारुण्य सिंधु भव दुःख हारी
तुजविण शंभो मज कोण तारी ।

भगवान शिव अशी एकच देवता आहे, जिला भारतात सर्व प्रांतांत मान्यता आहे. शिवाचे एक नाव पशुपतिनाथ! पर्यावरणाची ही देवता गोव्याच्या समृद्ध निसर्गात स्वयंभू म्हणून मानली जाते. हिंदूंच्या इतर देवता सर्व हिंदूंना मान्य असतीलच, असे नाही. पण सुर, असुर सर्वांना शिवशंकर पूजनीय आहेत. रुद्रेश्वरला नमस्कार करताना जगद्‌गुरू शंकराचार्यांचा श्लोक माझ्या तोंडी आला.

नमः शिवाभ्यां पशुपालकाभ्यां
जगत्रयी रक्षण बद्ध हृदभ्यां
समस्तर देवासुरपूजिताभ्यां
नमो नमः शंकर पार्वतीभ्याम् ॥

विश्वकल्याणकर्ते पशुपालक (शंकराचे वाहन नंदी व पार्वतीचे वाहन सिंह) असलेल्या (दुसरा अर्थ- सर्व जीवांचे पालन करणाऱ्या) दोघांनीही त्रैलोक्याचे रक्षण करण्याचा निश्चय केला आहे. अशा सर्व देव आणि असुर ह्यांनी ज्यांची पूजा केली आहे, अशा शंकर-पार्वतींना वारंवार नमस्कार असोत.

कोकण रेल्वे

कोकण रेल्वे हा माझा जिज्ञासेचा विषय. भारताच्या स्वातंत्र्यानंतर भारतीय अभियांत्रिकी शाखेतील तज्ज्ञांनी केलेला हा चमत्कार! कोकण रेल्वे ही मधू दंडवते व जॉर्ज फर्नांडिस यांची जिवंत स्मृती. राजकारणात बदल होतील, परंतु नाना दंडवतेंबद्दल आजही कोकणची जनता कृतज्ञ आहे. जॉर्जबद्दल आदराने बोलणार. यापूर्वी पंडित नेहरूंच्या काळात बांधलेली जगदलपूर ते विशाखापट्टणम ही रेल्वेसुद्धा डोंगरातून जाणारी.

रेल्वेत नेहमी पॅसेंजरमध्ये बसलो तर असंख्य नमुने भेटतात. वेंगुर्ल्याला मी एक रिन साबणाची वडी घेतली. दुकानदार म्हणाला, "तुला चार रुपये कशाक देऊ? चॉकलेट घेताक, मैत्रिणी को देताक!" त्या पायरीवरच दोन तरुण मुली उभ्या होत्या. दुकानदार त्यांना पाहिल्यावर म्हणाला, "जर मी यांना चॉकलेट दिले, तर दे जुते दणादण अशी तुझी-माझी अवस्था होईल." कोकणी माणसांत अतिशयोक्ती, इरसालपणा व खवचटपणा यांचे छान रसायन आहे.

रेल्वे स्टेशनवर नारायण राणेंचा आणि निवडणुकीचा विषय चालला होता. एक म्हणाला, "आओ लाईट घालविलो, त्या लाईट घालविलेल्या अंधारात मतां बदलली." तर दुसरा म्हणाला, "अरे, स्टेशनवर नारायण राणोचो गुप्त पुलीस हाय, कोथळा बाहेर निघल. असा चावट नका बोलूका!"

कोकण रेल्वेत डबे छान. पॅसेंजर पकडल्यामुळे तर या रेल्वेचे सौंदर्य मी अनुभवू शकलो. कोकण रेल्वेचे बोगदे, रेल्वेगाडीचे आवाज, वर्दळ यामुळे प्राणी पळून गेले. पावसाळ्यात तर कोकण रेल्वेचा प्रवास अतिरम्य असतो. कोकण रेल्वे समुद्राच्या काठाने काही ठिकाणी जाते. तेथे समुद्राचा शंख वाजत असतो. बोगद्यामुळे पर्वताचे पंख तुटलेले असतात. अंधाऱ्या बोगद्यात तुटलेला पहाड थेंब-थेंब पाझरत असतो. आपल्या ठक्ठक् आवाजाच्या लयीत, झिमझिम वारा कापत कोकण रेल्वे आपल्या नादातच जात असते. अगदी महाडपर्यंत निसर्गाचे नंदनवन तुमचे स्वागत करत असते.

कोकणातल्या नद्या उताराच्या. खेळत-खिदळत सागराकडे जाणाऱ्या. अजून भाताचे पीक शेतात उभे! कापणीला सुरुवात! यामुळे हे माणिक-मोती दूर रेल्वेमधून आपल्याला हसवत-खिदळत असतात. पाऊस नुकताच संपला असला तरी काही झरे मदालसेसारखे स्वच्छंद लोळत असतात. हे दिवस फुलपाखरांच्या जन्माचे. फुलपाखरे एखाद्या परीसारखी बागडत असतात. चोहीकडे हसत-दौडत असतात. गंभीर जंगल आपल्या नादात झिम्मा खेळत असते. वड आणि पिंपळाच्या झाडांवर वानर झोके घेत असतात. बेहड्यावर राघू झुरत असतात. कोकणचा पुरातन रहिवासी फणस, चिंच आणि आंबा परस्परांवर सावली धरत असतात. रेल्वेच्या आजूबाजूला कोरांटीची फुले, तेरड्याची फुलेलोह मार्ग शृंगारीत असतात. मधून-मधून औंदुबरतरू अवधूताचा छाया दे शीतल, असा दिसत असतो. तर, शिवयोग्याचा बेल वाढवी भावभक्तीचे बळ.

थेट महाडपर्यंत असंख्य बोगद्यांतून जाणारी ऐन-केंजळांनी भरलेल्या कोकण रेल्वेचा प्रवास तुम्हाला हसवत असतो. मधून-मधून नारळ, पोफळीचे आगर तुम्हाला झुलायला लावते. हा प्रवास एका नंदनवनाचा प्रवास आहे.

कोकण रेल्वेतून जर जायचे असेल, तर सप्टेंबरमध्येच जावे. दिवसाची पॅसेंजर पकडावी. खेडकडील दीडशे फूट उंचीचा पूल व खेड-करंजाडीमधील पाच किलोमीटरचा बोगदा आपण अनुभवतो. जगदलपूरच्या रेल्वेतून जाताना छत्तीसगड ते आंध्रमधील हजारो नजारे दिसतात. प्रत्येक बोगद्याची व्हॅली वेगळी, त्याचे सौंदर्य वेगळे! पण कोकण रेल्वेला समुद्राची साथ, कळकीच्या बेटांतला घनदाट येणारा वारा... अशा प्रदेशातून जाणारा एक वेगळाच सुगंध आपल्याशी येत असतो.

आपण मनात म्हणतो, 'झिम्मा खेळू या, कोकणचा आंबा रस गाळतो!'

एकट्याने प्रवास करताना आपल्या अज्ञानामुळे अगर चुकीच्या ऐकण्यामुळे मिस्कील अनुभव येतात. मी मित्रांसाठी रुद्रेश्वराच्या पायऱ्या चढून काजू शोधायला गेलो. एक म्हणाला, "त्या मधल्या घरात जा." मी हाक मारली, "भावा कहाय?" माणूस बाहेर आला. मी म्हणालो, "२००-२०० ग्रॅम दे." तो म्हणाला, "बाटली आणलीस काय?" मला काही कळेना. तो घरात गेला आणि काजूची फेणी घेऊन आला. मी म्हणालो, "अरे, हे नाही, मला काजू हवेत." तो म्हणाला, "साखळीला जा."

मी सकाळी उठून पायलटची वाट पाहत होतो. रुद्रेश्वराच्या जवळच सोवळे नेसलेल्या माणसाला हाक मारली, "चहा मिळेल काय?" तो म्हणाला, "दहा मिनिटे थांब." दहा मिनिटांनी मी त्याच्याकडे चहा प्यायलो, पैसे विचारले. तो म्हणाला, "तुका वेड लागलाय. चहाचे पैसे मी घेत नाही." मला हात पसरायला सांगितला व माझ्या हातात त्याने अंगाऱ्याची पुडी टाकली.

माझा पायलट लिबीम स्टेशनपर्यंत मला घेऊन आला. मी त्याला दोनशे पन्नास रुपये दिले. त्याने सांगितले, "भाऊ, जादा पैसे देयाक!" त्याने माझे शंभर रुपये परत केले. तीन दिवसांपूर्वीचा माझा पायलट लोहगडला मला घेऊन जाताना मला चहा प्यायचा होता. तो म्हणाला, "भाऊ गोव्यात सांच्याला चायचे दुकान बंद, दारूचे दुकान उघडे असते." तो माझा पायलटही शांत होता. मी एकट्यानेच प्रवास केल्याने अधिक गोड अनुभव माझ्या वाटणीला आले. माझ्या मनाचं चंचल पाखरू थोडं फार शांत झालं. गोव्याचा आणि तळकोकणाचा निसर्ग पाहताना बहिणाबाईंच्या कविता तोंडावर आल्या—

'धरत्रीच्या कुशीमंधी
बीयबियानं निजली
वऱ्हे पसरली माटी
जशी शाल पांघरली
कसे वाऱ्यानं डोलती
दाने आले गाडी गाडी
दैव गेलं रे उघडी
देव अजब गारोडी!'

१५.
गीत गाया पत्थरोने

कर्नाटक राज्याबद्दल पर्यटकांना सुप्त आकर्षण असते. बंगळुरू, म्हैसूर, उटी, विजापूर, बदामी, हंपी यापुरतीच पर्यटकांची मुलुखगिरी असते. भारतातील पर्यटनदृष्ट्या समृद्ध प्रांतात कर्नाटक येते. सत्तावीस जिल्ह्यांमध्ये विभागलेल्या कर्नाटकाला तुंगभद्रा, कावेरी, शरावती, अरकावती, घटप्रभा, भीमा आणि कृष्णा नदीच्या जलस्रोत्रांनी हिरवेकंच करून टाकले आहे. राष्ट्रकूट, चालुक्य, होईसळ, वाडियार हे हिंदू राजे व टिपू सुलतानाने अनेक वास्तू उभ्या करून कर्नाटकाला धार्मिक आणि आध्यात्मिकदृष्ट्या संपन्न केले. जगद्गुरू श्री शंकराचार्यांचे शृंगेरी येथील शारदापीठ, जैनांचे श्रवण बेळगोळ, गोमटेश्वर; तर जैन की हिंदू हे न ठरलेले धर्मस्थळ, बेलूर, हडेबीळ येथील प्राचीन मंदिरे भटक्यांची पावले आपल्या दाराकडे खेचून आणतात. मध्वाचार्य, वल्लभाचार्य, रामानुजाचार्य आणि शंकराचार्यांच्या प्रभावामुळे कर्नाटक राज्यात मठ-मंदिरांची मांदियाळी आहे. शैव, लिंगायत, वैष्णव आणि जैनधर्मीयांचीही मोठी देणगी कर्नाटकाच्या पर्यटनक्षेत्राला लाभली आहे. अरबी समुद्रामुळे कर्नाटकाला चारशे किलोमीटरचा समुद्रकिनारा लाभला आहे. भारतात सर्वांत जास्त कॉफी याच राज्यात उत्पादित होते. सुपारीचे आगर आणि नारळाचे समृद्ध किनारे आपल्याला सुखावतात. अशा या राज्यात हिरव्या गर्द टेकड्या, समुद्रकिनारे आणि मंदिरे पाहण्यासाठी ज्येष्ठ नागरिक संघ-साताऱ्याचे पासष्टीपासून ऐंशी वयापर्यंतचे शेलारमामा घेऊन ज्येष्ठ नागरिकांनी

सफरनाम्यात आपली नोंद केली.

हसन जिल्ह्यातील बेलूर हे स्थळ म्हणजे दक्षिण वाराणसी आहे. मी कोणार्क, खजुराहो, भुवनेश्वर, द्वारका आदी मंदिरे पाहिली; पण कर्नाटकातील मंदिरांचे वैशिष्ट्य म्हणजे त्यांच्याभोवती तटबंदी आहे. बेलूरचे 'चेन्न केशव' मंदिर हा वास्तुकलेचा आदर्श आहे. भारतीय शिल्पकलेनुसार मंदिराभोवती किमान चार मंदिरे असावीत. या मंदिराचे वैशिष्ट्य म्हणजे या मंदिराभोवती तशी नाहीत. कप्पे-चन्निगरय, सोमनायकी, आंडाळ, वीरनारायण, आळवार या संतांची मंदिरे आहेत. याचाच अर्थ होईसळ राजांना 'दिव्यत्वाची जेथे प्रचिती, तेथे कर माझे जुळती' या श्रद्धेचे भान होते. गेली दहा शतके हे संत कन्नडी जीवनाला प्रेरणा देत आहेत. राजधर्माने ही मंदिरे बांधून यतिधर्माची श्रेष्ठताच मान्य केली आहे. भारतात संतमंदिरे क्वचितच आढळतात. या संत मंदिरात ना ब्राह्मण, ना पूजा. पर्यटकांकडून गुप्तदान पेटीत टाकले जाणारे धन हेच या संतमंदिराची श्रद्धेची कमाई.

प्रेक्षणीय शिल्पवैभव

कोणार्क, खजुराहो, भुवनेश्वर आणि गो-हत्तीचे कामाकय या मंदिरांपेक्षा बेलूरची मंदिरे वास्तुशास्त्रदृष्ट्या आणि पुराणकथांच्या शिल्पकलेने अधिक संपन्न आहेत. भारतात ज्यांना सर्वोत्कृष्ट मंदिर पाहावयाचे आहे, त्यांनी बेलूरच्या मंदिराला भेट द्यावी. चेन्न-केशव मंदिर हे मंदिर-वास्तुशैलीचा परिपक्व आविष्कार आहे. प्रत्येक भारतीय मंदिराप्रमाणे गाभारा, पुढे नमस्कारासाठी अंतराल, सभामंडप, सभामंडपावर कोरीव छत आढळते. कोणार्क, खजुराहो या मंदिरांची शिखरे उंच आहेत. बेलूरच्या मंदिराचे वैशिष्ट्य म्हणजे ही शिखरे बसकी आहेत. आकाशाला ओढणारी नाहीत. काळ्या रंगाच्या शंख-जिऱ्यासारख्या मऊ दगडाची असल्याने कलाकारांना छिन्नी-हातोडीच्या मदतीने 'गीत गाया पत्थरोने' हे करणे शक्य झाले. या मंदिराचे वैशिष्ट्य म्हणजे एक मंदिर नमुना म्हणून बांधले जाते आणि त्यातील चुका मुख्य मंदिरात टाळल्या जातात. या मंदिरात महिरपी, त्याचबरोबर अलंकृत असे दरवाजे, मूर्ती महत्त्वाच्या असतात.

विजयस्तंभ हे भारतीय राजांनी अनेक ठिकाणी बांधले आहेत. चित्तोडचा कीर्ती स्तंभ असाच विजयाचे स्मारक आहे. होईसळ राजांनी मात्र आपले विजय मंदिरांच्या उभारणींनी साजरे केले.

चेन्न-केशव मंदिर म्हणजे सुंदर नारायण. त्याला विजय नारायण असेही म्हणतात. राजा विष्णुवर्धनने एक मीटर उंचीच्या चबुतऱ्यावर हे विष्णू मंदिर बांधले. तीन दरवाजे असलेल्या या मंदिराच्या चौथऱ्यावरच प्राण्यांची संख्या अधिक आहे.

जवळजवळ बावीसशे हत्ती, सिंह, योद्ध्यांची चित्रे, पानांची मालिका, योद्ध्यांच्या मिरवणुका यांच्या म्युरल्सची गर्दी आहे. होईसळ राजांनी भारतात बांधलेल्या मंदिरांत रामायण-महाभारतातील कथा-उपकथा कमी रेखांकित झाल्या आहेत. याउलट साताऱ्याजवळील किकली जांभच्या देवळात वाली-सुग्रीवाचे युद्ध आणि अशोकवनातील सीता आहे. होईसळ राजांच्या या मंदिरात दशावतार, त्याच्यासंबंधी उपकथा, दंतकथा—प्रामुख्याने नरसिंहवधाचे चित्रशिल्प ठाशीव रूपात आहे. नरसिंह हा अवतार दक्षिणेत अधिक लोकप्रिय असावा. हिरण्यकश्यपू आणि नरसिंहाच्या शिल्पांकनात नरसिंहाच्या चेहऱ्यावरील क्रोध, त्वेष उठून दिसतो. 'कुमारसंभव' नाटकात कालिदासाने सांगितल्याप्रमाणे प्रत्येक भारतीय मंदिराप्रमाणे चाळीस सूरसुंदरी आणि मदनिका या मंदिरात आढळतात.

सौंदर्यवतींचे दर्शन

अन्येयमत्पीडयदुत्पलाक्ष्या: स्तनद्वयं पाण्डु तथा प्रवृद्धम् ।
सध्ये यथा श्याममुखस्य तस्य मृणालसूत्रान्तरमप्यलभ्यम् ॥

या श्लोकात वर्णिल्याप्रमाणे या शिल्पांतील स्त्रिया दागिन्यांनी मढलेल्या आहेत. रुंद कटिभाग अर्थात नितंब, छोटी कंबर, केळीच्या खुंटासारख्या मांड्या, उन्नत व गोलाकार मनोवेधक उरोज... अशी क्षणात नजर खेचून घेणारी स्त्रीची लक्षणे कलाकारांनी घडवली आहेत. प्रत्येक सौंदर्यवतीचा चेहरा चंद्रासारखा असून अरुंद खांदे, अरुंद खांद्यातून डोकावणारे घट्ट उरोज, नितंब आणि कमरेचे सौंदर्य दाखविणाऱ्या त्रिभंगाकृती आणि त्याच्याभोवती जाळीदार नक्षी, जाळीदार वेलबुट्टी... भरतनाट्यमच्या नृत्यशैलीत अनेक भंगिमा दाखविणाऱ्या संगीत-नृत्यकलेतील असंख्य भावमुद्रा या कलाकारांनी चितारलेल्या आहेत. कालिदासाच्या शब्दांतच या मूर्तिसमूहांचे रसग्रहण करता येईल.

दीर्घाक्षिं शरदिन्दुकान्तिवदनं बाहूनतावंसयो:
संक्षिप्तं निबिडोन्नतस्तनमुर: पार्श्वे प्रवृष्टे इव ।
मध्य: पाणिमितोऽमितश्च जघनं पादावरालाङ्गली
छन्दो नर्तयितुर्यथैव मनसि श्लिष्टं तस्या वपु: ॥

वीरनारायण, सोमनायकी, आंडाळ ही मंदिरे लहान असूनही त्याच्यावर सूरसौंदर्याचा प्रभाव आहेच. या मंदिरांची वैशिष्ट्ये म्हणजे तिरपे आधार देणाऱ्या खांबांवरही स्त्री-शिल्पे आहेत. आरसा पाहणारी स्त्री, केस वाळवणारी स्त्री, विष्णू-मोहिनी, पत्रलेखिका, मैत्रिणीकडून शृंगारसाधन करणारी स्त्री, कवेत आपल्या पतीला घेणारी स्त्री. या मंदिराच्या मूर्तिसमूहात नृत्य आणि संगीत यांना अत्यंत

महत्त्वाचे स्थान आहे. याच्या उत्तर-दक्षिणेलाही विष्णू, ब्रह्मदेव, वराह, वामनावतार परशुराम अशा दशावताराच्या सुंदर मूर्ती आहेत. वैष्णवांच्या प्रभावामुळे बालकृष्णही आपल्या लीला येथे दाखवतोच. साधारणत: कुबेराचे अस्तित्व कमी ठिकाणी असते; पण येथे कुबेर उपस्थित आहे. राम-लक्ष्मणाचा सीतेचा शोध, जटायू आणि रामकथेतील काही भाग पाषाणाच्या कथाकाव्यात आपल्या नजरेला येतो.

भारतीयांच्या जीवनातील तत्त्वज्ञान, काव्य, निसर्ग, कलाप्रेम, आभूषणकला, वेशभूषा आणि त्यांच्या कामजीवनाच्या संबंधित कथांचे शिल्पांकन येथे झाले आहे. केवळ स्त्रीमूर्तीसाठी जसे आपण कोणार्क, खजुराहो पाहतो; त्याच पद्धतीच्या परंतु तशी नग्नता नसलेल्या, कामापासून अतिदूर परंतु स्त्रीसौंदर्याच्या दृष्टीने या मूर्ती मुद्दाम पाहाव्यात. या मूर्ती पाहताना साक्षात कालिदासाचे मेघदूत आणि कुमार-संभव पत्थरातून गाताना आढळेल. नकळत आपल्या तोंडून उदगार येईल—

तन्वी श्यामा शिखरिदशना पक्वबिम्बाधरोष्ठी
मध्ये क्षामा चकितहरिणीप्रेक्षणा निम्ननाभिः ।
श्रोणीभारादलसगमना स्तोकनम्रा स्तनाभ्यां
या तत्र स्यादयुवतिविषये सृष्टिरादये व धातुः ॥
पृच्छन्ती वा मधुरवचनां सारिकां पञ्जरस्थां ।
कश्चिद्भर्तुः यद्यपि रसिके त्वं हि तस्य प्रियेति ॥

१६.
पाषाणात कोरलेले स्त्रीसौंदर्य

कर्नाटकातील शिल्पकलाक्षेत्राची खास राजधानी म्हणजे जुनी राजधानी हळेबीड. होईसळ राजाची बाराव्या शतकातील जुनी राजधानी बेलूर आणि हळेबीड ही होईसळ शिल्पकलेची जुळी-जावळी भावंडं! दगडी चौथऱ्यावर तारकाकृती आकाराचे वैभवी मंदिर. प्रत्येक मंदिरात एकच गाभारा असतो. होईसळांच्या या मंदिरात दोन गाभारे! जुळे देऊळ भारतात फक्त हळेबीडलाच आहे. शंकराची दोन रूपे— एका गाभाऱ्यात होयसळेश्वर, दुसऱ्या गाभाऱ्यात शांतलेश्वर! दोन शिवलिंगांची पूजा येथेच करता येते. मंदिराच्या समोरच दोन नंदी. एका नंदीची उंची आठ, तर दुसऱ्याची बारा फूट. भारतातल्या पुरातत्त्व खात्याने महाकाय नंदींची सूची बनविली आहे. होईसळचे नंदी हे पहिल्या सातांत येतात. असंख्य अलंकारांनी सजविलेले नंदी फक्त होईसळमध्ये आहेत. नंदीचे वशिंड, मान, कान, बसकी बैठक, शेपूट— सर्व प्रमाणबद्ध आणि मोहक आहे.

या मंदिरात प्रवेश करतानाच उभा गणपती आहे. हा गणपती अष्टभुजाकृती आहे. दक्षिणेत कर्नाटकात गणपतीची मंदिरे अधिक आहेत. गणपतीवर महाराष्ट्राचा एकाधिकार. परंतु विठ्ठला कानडु केला, त्याच पद्धतीने एडगुंजीच्या दोन दात असलेल्या गणपतीपासून गणपतीची असंख्य रूपे कर्नाटकातच पाहायला मिळतात. अनेगुडी येथील गणपती, एडगुंजीचा दोन हातांचा गणपती... कोणत्याही देवळात गणेशाची उपस्थिती आहेच. या मंदिरातील द्वारपाल नखशिखांत अलंकृत—नवरत्नांच्या

हाराची जाळी, मस्तकी किरटं, दोन नेत्रांशिवाय भालप्रदेशी तिसरा नेत्र असलेले द्वारपाल भारतात याशिवाय कोठेही नाहीत.

स्त्रीसौंदर्याचा आविष्कार

या मंदिरांतील सगळा बाह्य भाग कामशिल्पांपासून अप्सरा, गंधर्व, किन्नरांनी भरलेला आहे. स्त्रीसौंदर्याच्या जितक्या म्हणून भावभंगिमा असतील तितक्या इथल्या स्त्रीशिल्पावर आहेत. या मूर्ती पाहताना बदामी डोळे, लुच्चे डोळे, भुलवून मारणारे डोळे, छळणारे डोळे, इमानी डोळे...अशा असंख्य कामविभोर छटा पाहताना रोमरोमी काम फुलून येतो. या स्त्री-प्रतिमांचे वैशिष्ट्य म्हणजे त्यांना जाळीदार शिल्पांची पार्श्वभूमी आहे. छातीवर येणाऱ्या हारात व स्तनात एक काडी घुसवू शकाल, इतके अंतर शिल्पकाराने ठेवले आहे. हातातील कंगन पाचपदरी ते सहापदरी, कमरपट्टा, दंडावरील बाजुबंद, लांब भुवया—हे सर्व पाहत असताना आपण घायाळ होतो. बा. भ. बोरकरांची कविताच आपल्या ओठी येते.

विक्रमा दे प्रेरणा, आव्हान दे गे यौवना
काष्ठपाषाणांतुनी चैतन्य संचारीत जा
खंजीर हे मारीत जा
पंचभूतांच्या परी नाना विलासी फाकुनी
अधिव्याधी अन् जरामृत्यूस संहारीत जा
खंजीर हे मारीत जा...

शृंगाररसाची उधळण

या देवळाच्या चौथऱ्यावर बसून कळसाकडे जाणाऱ्या स्त्रीमूर्ती पाहताना डोळे स्वर्गवेडे होतात. लाघवी मूर्तीशी, शिल्पकाराने निर्माण केलेल्या पाषाणी सौंदर्याशी आपले नाते नकळत जुळतच जाते. प्रत्येक मूर्ती शृंगाररसाने आपले गाल फुगवीत पुढे येते. शृंगार-विलासाची उधळण पाहायची असेल, तर हळेबीडच्या मूर्ती पाहा.

भारतातील पुराणकथांतील अनेक मिथके येथील दगडी भिंतींवर जिवंत होतात. समुद्रमंथन, दैत्यगुरू शुक्राचार्य! शुक्राचार्यांची मूर्ती भारतातील मंदिरशिल्पांत क्वचितच आढळते. उमा-महेश्वर आणि त्यांचा परिवार येथे सुखाने नांदतो. भारतीयांच्या जीवनावर कृष्णाचा न पुसला जाणारा प्रभाव आहे. कृष्ण आणि त्याची श्यामा पाहताना आपल्याला भूल पडते. कृष्णाजवळील गोपिकांची शिल्पे अनेक रूपांत आहेत.

सखे, मन कठोर हरिने केले
वचन दिले, पण अजून हरिचे इथे न पाऊल वळले

कशी जगू मी, अन्न रुचेना, देहभानही गळले
तुझे वचन हरि तूच विसरशी, तू मन माझे हरिले
गिरिधर प्रभु तुजविण मीरेचें हृदय दुंभगून गेले
सखे, मन कठोर हरिने केले.

दक्षिण अंगाला महाभारताची कथा आहे. भारतातल्या मंदिरभ्रमंतीत लक्षात आले की, कोरलेले महाभारत पाषाणस्वरूपात फक्त हळेबीडला आढळते. मत्स्यवेध करणारा अर्जुन ठाशीव स्वरूपात येथेच आपल्याला भेटतो. वीणाधारी सरस्वती, ऐरावतावरील इंद्रायणी, हत्तीवर नृत्य करणारा शिव येथे प्रभावी स्वरूपात आहे. करुणानिधी यांनी डोळे असतील तर अकराव्या शतकातील हळेबीडच्या मंदिरावरील रामकथा वाचावी. भारत सरकारने सुदूर दक्षिणेतील हळेबीडच्या मंदिरावरील रामकथा वाचली असती, तर रामाच्या अस्तित्वासंबंधी शंका असणारे विधान केलेच नसते. कंसवधाची, वामनावताराची कथाही या मंदिरामध्ये भारतीय पुराणकथांना शिल्पात अमर करून पुराणाचा प्रभाव दाखविते.

या मंदिराच्या बाह्य भागात बारा पट्ट्या आहेत. या बारा पट्ट्यांत प्राण्यांना स्थान दिले आहे. पहिल्या पट्टीत हजारो हत्ती ओळीने जाताना दिसतात. एक हत्ती दुसऱ्या हत्तीपेक्षा वेगळा. वरच्या पट्टीत सिंह, तिसऱ्या पट्टीत घोडेस्वार! भारतीयांनी एकेकाळी पर्यावरणाशी व प्राणिमात्रांशी आपले नाते जोडले होते, याची साक्ष हळेबीडमधील प्राणिपट्ट्या देतात.

मोहिनी घालणाऱ्या स्त्री प्रतिमा

हळेबीडमधील स्त्रीमूर्ती पाहताना आपली अवस्था वेगळीच होते. बासरी वाजवणारी स्त्री, तोंड मोकळे ठेवून गाणारी स्त्री, प्रेमपत्र लिहिणारी स्त्री, चित्र रेखणारी, त्रिभंगी अवस्थेत नृत्य करणारी, मृदंग वाजविणारी, केस विंचरणारी, शिकार करणारी—अशा जवळजवळ मंदिराच्या बाह्य भागावर अडतीस स्त्रीमूर्ती आहेत. नृत्य करणाऱ्या स्त्रीच्या चेहऱ्यावरील हावभाव दिलखेचक आहेत. भस्म-मोहिनीचे नृत्य आपल्या पायाला थिरकायला लावते. भोजन घेऊन तृप्त होणारी, आपल्या सौंदर्याचा अभिमान बाळगणारी, नुकतीच स्नान करून केस वाळवणारी, हातात पोपट ठेवून प्रियकराला निरोप देणारी, नृत्य करणारी शांतलादेवी—जवळ-जवळ अशा बेचाळीस स्त्रीप्रतिमा पाहताना आपण थकत तर नाहीच; उलट त्या स्त्री-प्रतिमा आपल्याला गुणगुणायला लावतात. कारण त्या स्त्री-प्रतिमांत शृंगाररसच शिल्पकाराने ओतला आहे. हळेबीड पाहताना आपली अवस्था अशी होईल—

मज लालडिचे तुम्ही लाल पुन्हा घरी याल कधी सजणा

अतिनिष्ठुर मज कवळाल तरी सुखवाल कधी सजणा
अंधारा रंगमहाल तुम्ही उजळाल कधी सजणा
गालावर ठेवून गाल गूज सांगाल कधी सजणा
हे घुंगुरवाळे बाल तुम्ही सजवाल कधी सजणा
भुज माझे घट्ट धराल बळे चुंबाल कधी सजणा
घामाने भिजला भाल टिपून घ्याल कधी सजणा
तुम्ही लटके कपट कराल जुने विसराल कधी सजणा
संपू दे उन्हाचा काल धुंद बरसाल कधी सजणा...

केदारेश्वराचे अभिनय्या केतलादेवी यांनी १३३९ मध्ये बांधळेले देऊळ ७० वर्षांपूर्वी कोसळले. त्याचे प्रवेशद्वार देखणे होते. एकशे ऐंशी शिल्पे या देवळात आहेत. शेषशायी विष्णूचे रंगनाथन मंदिरही आपणास लुभावते. बेलूर आणि हळेबीड ही मंदिरे भारतीय मंदिरकलेचा उत्कर्षकाळ दाखवितात. धार्मिकतेपेक्षा या पाषाणातील छिन्नीने खोदलेली शिल्पकलेची हस्ताक्षरे काळाच्या ओघात कधीच पुसली जाणार नाहीत.

●

१७.

जैनांचे पुण्यक्षेत्र— श्रवणबेळगोळ

कर्नाटकात बसवेश्वरांमुळे लिंगायत, तर मध्वाचार्यांमुळे वैष्णव अग्रेसर होते; परंतु जैनधर्मीयही स्पर्धेत तितकेच पुढे होते. म्हैसूरपासून बासष्ट मैलांवर, हसनपासून एकतीस मैलांवर श्रवणबेळगोळ येते. पराक्रमी चंद्रगुप्त मौर्य हा जैन झाला होता. विंध्यगिरी व चंद्रगिरी या दोन डोंगरांच्या दुबळग्यात श्रवणबेळगोळ येते. जैन धर्मात तीर्थंकरांना महत्त्वाचे स्थान आहे. जैनांचे असंख्य मठ, तेथे वास्तव्य करणारे तीर्थंकर व जैनांबरोबरच संस्कृत पाठशाळांतून येणारा वेद मंत्रोच्चारांचा गुंजारव या भूमीच्या धार्मिक सहिष्णुतेचा एक प्रमाणित वास्तव आदर्श आहे.

उतरणाऱ्या, ओघळत्या डोंगरावर चढताना भगवान पार्श्वनाथाचे मंदिर लागते. जैन साधू-संन्यासी जेथे राहतात, त्याला बस्ती म्हणतात. चोवीस तीर्थंकरांची बस्ती येथे आहे. ब्रह्मदेव स्तंभात स्त्रीची कलात्मक मूर्ती आहे. या मंदिराचे वैशिष्ट्य म्हणजे असंख्य शिलालेख येथे सुरक्षित ठेवले आहेत. मराठीचा 'चामुंडरायें करवियलें' व 'गंगराये सुत्तालें करवियलें' हे शिलालेख काचेच्या पेटीने सुरक्षित ठेवले आहेत. चारशे सत्तर फूट उंचीच्या या टेकडीवर जाण्यासाठी पाचशे पायऱ्या चढून जाव्या लागतात. वर गेल्यानंतर गोमटेश्वराची अखंड दगडात कोरलेली सत्तावन्न फूट उंचीची भगवान महावीराची मूर्ती दिसते. कुरळे केस आणि नागराजाने वेढलेली ही मूर्ती जगात एकमेवाद्वितीय आहे. फर्ग्युसन नावाच्या इतिहास संशोधकाने लिहून ठेवले आहे —

'Nothing grander or more imposing exists

anywhere out of Egypt and even there no known statue surpasses its height.'

या मूर्तीचा महामस्तकाभिषेक ही जैनांतच नव्हे, तर जगात आश्चर्याची गोष्ट आहे. गोमटेश्वराची मूर्ती संपूर्ण नग्न असून उत्तराभिमुख आहे. विशाल बाहू, खाली सोडलेले सरळ हात, हाताची बोटे मोकळी सोडलेली, गुडघ्यापासून खालचा भाग थोडा आखूड व जाडजूड आहे. पायांमधून दंडापर्यंत मांड्यांना व हातांना वेष्टून माधवी-लता वर गेली आहे. शुभ्रवर्णी व गुळगुळीत भव्य मूर्ती कमळावर उभी आहे. या प्रचंड मूर्तीची पूजा रोज करता येणे शक्य नाही. तेव्हा पावलांचीच पूजा करतात. प्रत्येक पावलाची लांबी आठ फूट तीन इंच आहे.

चामुंडराजाला गर्व झाला. त्यांनी अभिषेकाच्या शेकडो घागरी दूध मूर्तीवर ओतले, परंतु ते मूर्तीच्या मांड्यांपर्यंतच पोचले. 'गुळ्ळकायलज्जी' नावाच्या स्त्रीने एक फळ पोखरून आणले. त्यात थोडेसे दूध होते. ते दूध मूर्तीवर घालताच सारी मूर्ती दुधाने न्हाऊन गेली. 'भाव तेथे देव', हेच यातून स्पष्ट होते. या स्त्रीची मूर्ती तेथे कोरलेली आहे.

या मूर्तीचा महामस्तकाभिषेक जगभरच्या जैनांत प्रसिद्ध आहे. या बाहुबलीचा अभिषेक दर बारा वर्षांनी होतो. केशर, दूध, पाणी यांच्या शेकडो घागरी आणल्या जातात. पहिले तीर्थंकर पुरुदेव याचे दोन पुत्र भारत आणि बाहुबली. बाहुबलीने आपले राज्य भावाला दिले. मनातील हिंसेचा नाश केला. ही वृत्ती कायम राहावी म्हणून रंगीत पाणी, केशराचे पाणी, दूध अशा एक हजार आठ घागरींनी अभिषेक केला जातो. आता तर लाखाची गर्दी असते. याच मंदिराच्या समोर चंद्रगिरी टेकडीवर असंख्य बस्त्या आहेत. कत्तले बस्ती, चंद्रगुप्त बस्ती अशा जवळजवळ वीस बस्ती आहेत. भंडारी बस्तीत एकाच वेळी हजार माणसे बसतात. मंदिराच्या एका ओळीत काळ्या पाषाणात चोवीस तीर्थंकरांच्या मूर्ती आहेत. येथून जवळच एकाच टेकडीवर गोमटेश्वराची ४५ फूट उंचीची मूर्ती आहे. तेथे दीडशे पायऱ्या चढून जायला लागतात.

धर्मस्थळाला मंजुनाथाचे मंदिर आहे. मंजुनाथ याच्या संबंधी फार माहिती मिळत नाही. प्रारंभी येथे लिंगाची स्थापना आद्य शंकराचार्यांनी केली, परंतु १६३५ पासून माधव संप्रदायाच्या पद्धतीने याची पूजा होते. धर्मस्थळाचे मंजुनाथाचे मंदिर अतिप्राचीन मानले जाते. याचे विश्वस्त जैन आहेत. प्रमुख मठाधीश जैन, परंतु पूजा हिंदू पद्धतीने होते. या वैष्णवी संप्रदायाच्या आवारात स्वच्छता, झाडझाडोरा केला जातो. परंतु माहिती देणारे कोणी नाही. उडुपीचे कृष्ण मंदिर वैष्णवांचा अड्डा! मूर्ती जाळीदार मंदिरात मूर्ती झाकोळून गेलेली. नजरेस पडला तर एखादा अवयव दृष्टीस पडायचा. आपल्या पुरंदर नावाच्या भक्तासाठी कृष्णाने आपले तोंड फिरवले. मूर्ती

पश्चिमाभिमुख झाली.

शृंगेरी

निसर्गाच्या कुशीत जगद्गुरू शंकराचार्य यांनी आपले चार मठ वसविले. जेव्हा आपले मन अशांत असेल, संसाराचा कंटाळा आला असेल; तेव्हा तुंगभद्रेच्या काठी वसलेल्या शंकराचार्यांच्या शृंगेरीला भेट द्या. शंकराचार्यांनी एक दृश्य पाहिले. उन्हाने होरपळलेल्या एका बेडकीला नाग सावली देत होता. जन्मजात शत्रुत्व विसरून हे प्राणी एकमेकांना सावली देत होते, हे पाहून शंकराचार्यांनी ही जागा सर्वोत्तम मानली. आपल्या बत्तीस वर्षांच्या आयुष्यातील बारा वर्षे शंकराचार्यांनी पश्चिम घाटातील उष्ण कटिबंधातील वनस्पतींनी वेढलेल्या, रम्य सूर्योदय व रम्य सूर्यास्त दिसणाऱ्या अशा ऋष्यशृंग ऋषीच्या जन्मस्थळी हा आश्रम स्थापन केला. या ठिकाणी शिवलिंग आहेच. येथील हत्ती भक्तांना आशीर्वाद देतो. आज येथे महाद्वारे आहेत. गोपुरे उंच आहेत. शारदादेवीची सुंदर मूर्ती आहे. मूर्तींवरील स्मित आपली श्रद्धा वृद्धिंगत करते. जगद्धात्री शारदा चिदानंद लहरी आहे. शारदेच्या मंदिरात शक्ती आणि शक्तिमा दोन्ही आहेत. जगद्गुरू शंकराचार्यांनी कधी सरस्वती रूपात, कधी ईश्वररूपात शारदेची स्तुती केली आहे. या देवळाच्या रक्षणासाठी पूर्व दिशेच्या डोंगरावर कालभैरव, पश्चिमेच्या टेकडीवर हनुमान, दक्षिण टिल्यावर दुर्गा, उत्तरेच्या पर्वतावर महाकालीचे मंदिर स्थापित केले आहे. त्याच्या मठाची व्यवस्था शंकराचार्यांनी करून ठेवली होती. बत्तीस वर्षांच्या आयुष्यात शंकराचार्यांनी वैदिक धर्माचा केलेला पुनरुद्धार, त्यांची प्रतिभा, प्रज्ञा, तर्कशास्त्र, भाषेवरचा अधिकार, उत्कृष्ट भाष्यपद्धती यामुळे आपण नतमस्तक होतो.

मुरुडेश्वर येथे सुरेख समुद्रकिनारा आहे. देवळाचे मार्केटिंग कसे होते व नवा देव जन्माला कसा येतो, याचे मुरुडेश्वर हे उदाहरण आहे. एस. आर. शेट्टी नावाच्या एका उद्योगपतीने समुद्रकिनारी सुंदर हॉटेल बांधले. कृत्रिम टेकडी तयार केली. त्यावर हिरवळ उभी केली. शंकराची भव्य मूर्ती, गीता सांगणारा योगेश्वर कृष्ण रथासहित सदृश्य केला. नकळत भाविकांच्या रांगा लागल्या. नवे गाव जन्माला आले. एकूणच जागतिकीकरणाच्या काळात उद्योगपतींच्या हाती भारतीय देवता लागल्या. मुकी बिचारी, कुणीही हाका! अंधश्रद्धाळूंची मांदियाळी बनून जाते. धन्य ते भारतीय! मुरुडेश्वरच्या लोभसवाण्या समुद्रापेक्षा ओढ असते उद्योगपतीच्या मंदिराची! येथील गोपूर बावीस मजली आहे. एकूण, दोन हजार शकातील मानसिक तणावाला ही गोपुरं मेंदूला थंडावा देतात. मनाच्या ताणलेल्या तारा सैल होतात. आपला धर्म-व्यवहार आर्थिक सुबत्तेवर प्रगतीवर आहे. कालाय तस्मै नमः।

१८.

गोकर्णचा मनमोहक समुद्रकिनारा

निसर्गरम्य धर्मक्षेत्र गोकर्ण महाबळेश्वर हे समुद्राच्या तिन्ही बाजूंनी वेढलेले आहे. भारतीय संस्कृतीच्या मिथकात जी अनेक मिथके आहेत, त्यांत कर्नाटकातील गोकर्ण महाबळेश्वर येते. रुद्र व शिव या सर्वच भारतीयांना भुरळ घालणाऱ्या देवता आहेत. शरीराच्या अनेक अवयवांपैकी कान हा महत्त्वाचा अवय आहे. रुद्राने कानातून प्रवेश केला म्हणून त्या भूमीला गोकर्ण म्हणतात. कोणत्याही जीवाचा जन्म योनीतून होतो. रुद्र हा पाताळातून वर येताना त्याला भूमातेतून वर यावे लागले, म्हणून गोकर्णाला रुद्रभूमीही म्हणतात. शंकराच्या भक्तांत बाणासुर, रावण हे येतात. गणपतीने गुराख्याचे रूप घेऊन रावणाच्या हातातून लिंग घेऊन त्याची या क्षेत्रावर प्रतिष्ठापना केली. सिद्धिविनायक गणपतीने द्विज मूर्ती गोपाळाचे, गुराख्याचे रूप घेऊन रावणाला तीन वेळा हाक मारून ते लिंग घेतले. ते शिवलिंग स्थिर होऊन मुक्त झाले. म्हणूनच प्रथम गोकर्णाला गणपतीची पूजा, नंतर शंकराची पूजा केली जाते. येथील आत्मलिंग हे तर प्राणिपूजेचे प्रतीक आहे. भगवान शंकराला पशुपतिनाथ म्हटले जाते. रुद्राने तीन शिंगे व चार पाय असणारा मृग येथे स्थापित केला. मृगाजिनाला महत्त्व शंकरामुळेच आले. या ठिकाणी भद्रकाली, लक्ष्मीव्यंकटेश यांच्या मूर्तीही आहेत. कार्तिक महिन्यात शंकराची सहस्त्र कमळांनी पूजा होते. कोटितीर्थाजवळच पट्ट विनायक आहे. गणपतीने लिंगस्थापना केल्यामुळे गणपतीचा पट्टाभिषेक येथे झाला.

योगमूर्ती, भोगमूर्ती, मंत्रमूर्ती जगन्मयम्।
कोटितीर्थाग्नि दिग्भागं वंदे गणपतिं मुदा ।।

कृष्णानेही बाणासुराच्या वधासाठी येथे तपश्चर्या केली. रावणवधानंतर रामचंद्राला ब्रह्महत्येचे पाप लागू नये म्हणून गोकर्णाला ईश्वराची आराधना व तप करावे लागले. हरी आणि विष्णू यांची स्पर्धाही येथेच झाली.

एकूणच गोकर्ण महाबळेश्वराशी संबंधित दंतकथा भारतीय देवतांच्या इतिहासात असलेल्या सर्वच देवांना समाविष्ट करते. 'आपार्वे सर्वा देवता:' निरनिराळ्या पुराणांतून आलेल्या दंतकथा-उपकथा पाहता, गोकर्ण महाबळेश्वर हे सर्व भारतीयांचे आकर्षण केंद्र आहे. गोकर्णाच्या समुद्रात डुबकी मारताना भाविक म्हणतात—

'दृष्टवा वा दिव्य लिंग च श्रुतत्वा वा सागरध्वनि ।
कोटीतार्थ नरे स्नात्वा पुनर्जन्म न विद्यते ।।'

गोकर्ण हे मला आवडले त्याच्या सामुद्रिक सौंदर्यामुळे. गोकर्णला तिन्ही बाजूंनी समुद्र उसळत असतो. गोकर्णच्या स्वच्छ पुळणी समुद्राचा विलास उधळत असतात. गोकर्णच्या तिन्ही किनाऱ्यांवर जगातून आलेल्या परदेशी पर्यटकांची झुंबड दिसते. समुद्राच्या लाटांबरोबरच कोणी गौरांगना आपले रेशमी केस घेऊन मिरवत असते. तिचा प्रियकर तिच्या मखमली गालाचा कोकीळ बनतो. शंकराला भंगडही म्हणतात. ही गोरी जोडपी शराबी लाली ओठांवर घेऊन परस्परांना समुद्रकिनाऱ्यावर कुरवाळीतही असतात. हे दृश्य पाहताना आपण गोकर्णापेक्षा एखाद्या सागरी रंगमहालात आहोत की काय, असे वाटते.

'श्वासे जाळ धूप, कटाक्षे उरात खंजिर घाली
आणि तत्क्षणी घाव चुंबुनी होई रंगरसेली'

पोलिसाला मी सहज विचारले, "ही गोऱ्यांची फौज येते कशी? येथे ड्रग्ज मिळतात काय?" पोलीस उत्तरला, "गोव्यात, कारावारत या गोऱ्यांना लोक लुबाडतात; त्यामुळे हे गोरे पर्यटक आता गोकर्णच्या तिन्ही बीचवर डुंबताना दिसतील." गोकर्णच्या हॉटेलधंद्याला गोऱ्या पर्यटकांनी बरकत आणली आहे.

गोकर्णच्या समुद्रावर संध्याकाळी गेलो असताना फुटणाऱ्या लाटांमधून मावळतीचा सूर्य लाल जिभांचा दिसत होता. सूर्यास्ताला एखाद्या रक्ताच्या धारेसारखा, रंग आला होता. तो अस्तचलाला जाताना एखाद्या मंगल जीवनगर्भासारखा दिसला. गोकर्णाचा समुद्र उजळ, नितळ आहे. सौम्य आहे. त्याची सुंदरता आपल्याला विजेरी आरास दाखविते. त्याची जलवंती एक प्रकारे आपल्याला शाश्वत सौंदर्याचे भान देते. एका ठिकाणी गोकर्णाचा समुद्रकिनारा ॐकारासारखा दिसतो. गोकर्णचा सूर्यास्त पाहताना आगीचे पाखरू कसे हळूच घरट्यात जाते, हे लांबूनच पाहता

येते. हजारो लाटांच्या बरोबर न स्थिरावरणारा वारा तुमच्या अंगाला झोंबत असतो. निळी रात्र उगवताना मनात येते की, हा सूर्य कसा आहे,

'पेटविते ते उडुनी भुवने
आणि गाऊनी उजळी गगने
चंचलता दाहकता त्याची नको तरी विस्मरू'

गोकर्ण महाबळेश्वर हे धर्मक्षेत्रापेक्षा त्याच्या निसर्गसौंदर्यामुळे अधिक भावते. नकळत सूर्यास्ताबरोबर आपणही एक मासोळी बनतो. गोकर्णच्या तिन्ही पुळणींवरील समुद्रकिनाऱ्यांवर हुंदडताना मासोळीसारखी आपली अवस्था होते. कदाचित युरोपीय समुदाय पाहताना माझ्या लक्षात आले, मिथुनजनांचे स्पंदन वाढविण्याचे सामर्थ्य गोकर्णच्या समुद्रकिनाऱ्यावर असल्यामुळे तिथल्या वाळूत आपली पावले रुतून बसतात.

उडुपीचा विष्णू

आपल्याला उडुपी हॉटेलांमुळे दक्षिणेच्या स्वादाची माहिती आहे. परंतु उडुपी हे एक धर्मक्षेत्रही आहे. एके काळी केप-कामोरिन म्हणून ओळखले जायचे. भगवान मोळेश्वर, अनंतशयन अशा अनेक नावांनी ओळखले जाते. प्रामुख्याने उडुपी हे कृष्णक्षेत्र आहे. कश्यपाने आणि राजा मयूर वर्माने हे स्थळ निर्माण केले. मध्वाचार्य हे वैष्णव. त्यांनी कृष्णमूर्तीची येथे स्थापना केली. भारतीय धर्मशास्त्रात द्वैताद्वैत संप्रदाय त्यांनी आणला. मध्वाचार्य एकोणऐंशी वर्षे उडुपीला राहिले.

संगमरवरी दगडाची ही सुंदर मूर्ती आहे. दक्षिणेतील देवळाची वैशिष्ट्ये आहेत की, तेथे देवांना अंधार आवडतो. गर्भगृहात दोन समया तेवतात. अगदी तिरुपतीपासून पद्मनाभन, उडुपी कोठेही जा; तेथे शर्ट काढा, बनियन काढा, देव भेटेल फक्त पन्नास ते तेहतीस सेकंदांपर्यंत! हजारोंच्या रांगा पन्नास सेकंदांसाठी जीव ओवाळतात. उडुपीचे वक्र देवालय हे पश्चिमाभिमुख आहे. नऊ चौकोनी भोकांतून आपल्याला कृष्णदर्शन होते. म्हणजे कृष्णाची पूर्ण मूर्ती दिसणारच नाही. त्याचा एखादा अवयव दिसेल. चंदनी दरवाजे, परंतु कोणतेही शिल्प नाही; फक्त साधे देऊळ! पूजा-अर्चा सनातनी पद्धतीची! गुजराती पूजे-अर्चेप्रमाणे दाक्षिणात्य वैष्णवांनीही असंख्य पूजा ठेवल्या आहेत. उषःकाल पूजा, गो पूजा, पंचामृत पूजा, कळस पूजा, तीर्थ पूजा, अलंकार पूजा, महापूजा—या सर्व पूजांमध्ये भोळे-भाबडे अंध भाविक आपले पैसे ईश्वराचरणी अर्पण करतात.

एकूणच, आजचा भक्तिव्यवहार द्रौपदीच्या तुळशीपत्राएवढा न राहता नोटांच्या गड्ड्यात परिवर्तित झाला आहे. जैनधर्मीय तर बोली लावून आपल्या भक्तीच्या

अहंकाराचे प्रदर्शन करीत असतात. कोठेही या मुनिवरांनी अगर मठाधीशांनी या देशातील गरिबांचा विचारच केलेला दिसत नाही. शंकराचार्यांचे शारदा पीठम् असो, जैनांचे श्रवणबेळगोळ असो अगर वैष्णवांचे उडुपी असो; हे सर्व पारंपारिक धर्मसाधनेच्या क्षेत्रातून बाहेर आले नाहीत. नव्या जगाचा वेध घेण्याची त्यांची तयारी नाही. चांदीचे दागिने, सोन्याचे सिंहासन, सोन्याची मखरे यासाठीच त्यांची स्पर्धा चाललेली दक्षिण कर्नाटकातील मंदिरांत आढळते. मात्र, भक्तनिवासाची सोय अनेक ठिकाणी आहे. आपल्या राजकीय नेत्यांनी या संपत्तीचा विनियोग राष्ट्रकार्यासाठी करविला तर हे धर्माधीश, मठाधीश, सांप्रदायिक पक्ष रक्ताची होळी खेळतील.

कर्नाटकातील या मंदिर यात्रेत खऱ्या अर्थाने मला आवडले 'कावेडी केरी!' कावेडी केरी येथे नेत्रावती नदीच्या पात्रात शेकडो शिळा, महाकाय शिळा पडलेल्या आहेत. शैवभक्तांनी कोणत्या ना कोणत्या शिळेवर शंकराची पिंड कोरलेली आहे. नदीचा उसळता प्रवाह, बाजूला रम्य निसर्ग, शिळांवर आदळणारा पाण्यातून खळखळणारा प्रवाह अन् आवाज—अशा या वातावरणात भगवान शंकर झाडांच्या झालर-मोतीत आपली भक्तपूजा पाहत असेल.

या ठिकाणी आपण स्वत:लाच हरवतो. आपली मन:स्थिती 'खोडातून फुटले भास, दगडातून सुटले श्वास' अशी होऊ लागते. या पिंडीची ना पूजा, ना आरती. त्या मूक पिंडी पाहताना लक्षात येते— ही भक्तजनांची, त्यांच्या भक्तीची स्मारके आहेत. शिरसीचे कावेडी केरी हे स्थान पाहताना बोरकरांची ओळ तोंडात येते—

'धन नोहे हे पाणी
कोटी भगीरथ खपले तपले
मग फुटले पाषाणी
खेळ खेळत त्याने जावे
जग आशांनी हिरवे व्हावे
मानव्याचे वृक्ष फळावे,
वेली आणि फुलांनी!'

•

१९.
कर्नाटकाची हिरवी राणी - मडिकेरी

कर्नाटकाच्या प्रवासात मुख्य आकर्षण होते— 'मडिकेरी!' कुर्ग राज्याची जुनी राजधानी. महाबळेश्वरपेक्षाही अधिक उंच! महाबळेश्वरला टोकदार घळी आहेत, कडे आहेत; पण मडिकेरीसारखे धबधबे जग नाही. मडिकेरीला किमान शंभर-सव्वाशे धबधबे आहेत. आपण काहीच धबधब्यांजवळ जातो.

मडिकेरी हे घनदाट जंगलात विसावलेले मसाल्याच्या व्यापाराचे गाव! ना धावपळ, ना वाहनांची गर्दी. मात्र, अपरिचित भाषेमुळे फार लांब जाऊ नये. कुर्गची ही राजधानी झाडझाडोऱ्यांत झाकली आहे.

मडिकेरीच्या जंगलात फिरताना संध्याकाळही फांदीसारखी वळवळते. जामुनी रंगाचे ढग पिकून येतात. हवेतला गारवा पेंगुळ-पांगुळ करतो. कर्नाटकातला हा हनिमून पॉइंट! अरबी आणि बंगालच्या उपसागरावरून येणारे ढग काळोखालाही ओला करतात. कोठेही जा; खोल-खोल दऱ्या. त्या दऱ्यांवर निसर्गाची हिरवी घट्ट माया! जीझस फॉलकडे पावले वळतात. मडिकेरी या पहिल्या राजाचे नाव येथे आहे. मडिकेरीपासून आठ मैलांवर सत्तर फूट उंचीवरून झेपावणारा हा धबधबा जडशिळांचा आधार घेत विजेसारखा येऊन हिरवे सोने आपल्या हाती देऊन जातो.

हत्तींसाठी सुरक्षित जंगल

कावेरीच्या उगमाकडे जाताना कणिका, कावेरी, संयोधी या नद्यांचा त्रिवेणी संगम डोळे खेचतो. परंतु नद्यांच्या उगमाशीच

हा संगम असल्यामुळे त्याला विशालता नाही. पुढे जाताच एक लक्ष्मणतीर्थ लागते. लक्ष्मणाची स्मृती नागपूरकर भोसल्यांनी आणि कुर्गवासीयांनी जपली आहे. १७० फूटांवरून कोसळणारा धबधबा लक्ष्मणतीर्थ नावाने ओळखला जातो. काठावरील शिवरामाचे मंदिर आपले लक्ष वेधते. जरा पुढे गेल्यावर १२ हजार एकरांवरील 'नागरहोलेचे' १११ चौरस मैलांमध्ये पसरलेले जंगल दिसते. हे जंगल हत्तींसाठी सुरक्षित ठेवलेले आहे. कावेरीच्या उगमाच्या ठिकाणी कर्नाटक सरकारने कुंडे बांधली आहेत. संध्याकाळच्या उदास वातावरणात हिरव्या झाडांचा आधार, रेशमी आवस घेऊनच येतो. हिरवे सुख येथेच भेटते. गर्द झाडीत गगनभरल्या आठवणींचे थवे शिरतात. वारा आपल्या तारा छेडीत असतो. वाऱ्यांचा सूचक शीतलपणा अंगाला स्पर्श करत जातो. आपण या वाऱ्याशी, झाडांशी खेळत राहतो. दिशा दिसत नाहीत. झाडे परस्परांच्या झिंज्या ओढत उभ्या असतात. कावेरी उगमस्थळाजवळचा हिरवा नजारा पाहत असताना आपले पाय भूमीला खिळूनच राहतात. फुलपाखरांची निळी पिसोळी अंगाला फडफडून जाते. तरुण जोडपी हातात हात घेऊन हे दृश्य पाहताना अबोल होऊन जातात. सांजेचा सूर्य झाडांची शिखरे उजळत अस्ताला जाताना अबीर-गुलालाचा सडा घालून जातो. काजव्यांना बहर येतो. कावेरी उगमाच्या ठिकाणचे जंगल पाहताना माझी मन:स्थिती अशी झाली —

'क्षितिजावरुनी निसरेना,
थारोळे जरी उरी दाटले,
रुधिराची लय उतरेना
विसरु म्हणता विसरेना'

फुलांचा झुला, वेलींचा झुला, जंगलाचा गंध, डोंगरांतून वाहणारी जलभरणी पाहताना मडिकेरीचे जंगल विसरू म्हटले तरी विसरता येत नाही.

मसाल्याची बाजारपेठ

मडिकेरीच्या जंगलातच भारत सरकारचे मसाला संशोधन केंद्र आहे. या मसाला संशोधन केंद्रात वेलची, लवंग, कॉफी, आले यांच्या असंख्य रोपवाटिका! वेलचीची झाडे जवळून पाहिली. एका संशोधकाने वेलची या सुगंधी पदार्थाची सांगोपांग माहिती दिली. हिरव्या वेलचीत ओलसरपणा असतो. पांढरी वेलची भट्टीतूनच काढलेली असते. काळा दाणा निघाला, तर ती वेलची उत्कृष्ट! पण आपण वेलची खरेदी करताना टरफल उघडून काळा दाणा पाहा; मगच खरेदी करा. कॉफीचे मळे हजारोंनी! कुर्गची कॉफी प्रसिद्ध आहे.

मडिकेरीची बाजारपेठ ही मसाल्याच्या पदार्थांनी गजबजलेली! दालचिनीचा

सुगंध, मिरीचा तिखटपणा, जायफळाची नशा, जायपत्राचा नाक कोंदणारा वास, तमालपत्राचा घमघमाट... या वासांच्या दुनियेत बिर्याणी चाखण्याची लज्जत न्यारीच! केरळमधल्या 'कुमळी'पेक्षा मडिकेरीचे मसाले वासात अधिक उत्कृष्ट!

खरेदीला जाताना रिक्षात एक मुलगी भेटली. ती म्हणाली, "माझ्या कुर्ग शॉपीला भेट द्या." येता-येता मसाले खरेदी करून येताना तिच्या शॉपीत गेलो. मिठास वाणीच्या या मुलीच्या दुकानात रंगीबेरंगी बाटल्यांची गर्दी! मी विचारले, "यात काय आहे?" ती उत्तरली, "यात वाईन आहे." कुर्गमध्ये सोळा प्रकारच्या वाईन्स आहेत. सफरचंदापासून अनेक जंगली फळांच्याही वाईन्स आहेत. वाईनचा एक घोट घेताच मडिकेरीच्या बाजारात आपली स्थिती—

'भिडता क्षणी त्यांच्या ओठा
फुटले धो धो बारा वाटा
खुशाल ते मग तुम्हीही घोटा
हर्षे लाख पशांनी!'

मी मधुशालेकडे न फिरकणारा सोवळा माणूस. यामुळे तिच्या मधुशालेतील वाईनचे घोट कोल्ह्याला द्राक्षे आंबट म्हणूनच पाहिले. मधुशालेतील भक्तांचे हे तीर्थ मला बासे होते. मी तिला विचारले, "याचा खप किती?" तिच्या उत्तरावरून लक्षात आले. अनेक जणांची दिवाळी साजरी करण्याचे सामर्थ्य तिच्या दुकानातील रंगीबेरंगी मोसंबी-नारंगीत होती. परंतु तिचा आनंद जाऊ नये म्हणून उत्कृष्ट कॉफी, आरोग्यवर्धक मध तिच्या दुकानात खरेदी केला. तिच्या चेहऱ्यावरचे स्मित पाहून मला खरेदीचे समाधान मिळाले.

मोहरलेले चांदणे

मडिकेरीचा बाजार राजवाड्याभोवतीच आहे. राजवाड्यातील तट आणि खालचा बाजार पाहताना साताऱ्याची आठवण झाली. उत्सुकता म्हणून राजवाड्यात गेलो. भारताचे पहिले सरसेनापती जनरल करिअप्पा आणि जनरल थिमय्या या गावाचे सुपुत्र! पहिल्या काश्मीर लढाईत करिअप्पांनी काश्मीर राखले. त्या दोघांच्या प्रतिमेला सॅल्यूट ठोकला.

पुन्हा 'राजा की सीट' पॉइंटकडे गेलो. एक सुंदर कारंजे उडत होते. येथून खालची खोल हिरवी दरी, भाताची शेते, समोरच्या डोंगरांवर पडणारी सूर्याची किरणे कोळ्याच्या जाळ्यासारखी वेढून जात होती. वनश्रीची कारागिरी, पानाफुलांची कुसर, मावळतीच्या सूर्याबरोबर मोहराला आलेले चांदणे पाहताना आपण मडिकेरीशी, तिच्या लाल मातीशी नातेच जोडून घराकडे परततो.

परतताना मसाल्याच्या सूचना मिळतात. लवंग मोडून पाहा. तेल निघाले, तरच खरीदा. दालचिनी जिभेवर टाका; जिभेला झटका बसला, तरच खरेदी करा. पॅकिंगपेक्षा पोत्यातील माल खरेदी करावा. मडिकेरीमध्ये व्यापाऱ्यांत अदब आहे. मसाल्याचे होलसेल मार्केट आहे. कर्नाटकाच्या टेकड्यांमधून आपल्या घरी वडरस आणायचे, तर मसाले खरेदी करूनच या. मडिकेरीच्या मसाल्यांनी तुमच्या घरी आलेला अतिथी तुमच्या अगत्याची दाद देईल.

मडिकेरीचे फुलांचे सुवास, सोनकेवडी सौंदर्य पाहताना आपण नि:शब्द होत जातो. लाल माती, निळे पाणी-वाईनचा स्वाद घेता-घेता होत्याचे नव्हते होतो.

●

२०.

कर्नाटकातील हिरव्या टेकड्या, स्वच्छ पुळणी व समृद्ध मंदिरे... घट फुटती दुधाचे

खानापूरपासून शिमोगा ते गिरसप्पापर्यंत जाताना आपण सागाच्या, बांबूंच्या घनदाट जंगलाच्या कुशी-कुशीतून जातो. सूर्याचे कवडसे हेच त्याचे अस्तित्व दाखवीत असते. लाल माती, निळे पाणी, साथ-संगतीला असतात दीडशे किलोमीटरपर्यंत डोंगरदऱ्या. वाढलेल्या सुपारीच्या बागा आपल्या भटकेगिरीचा विडा रंगवीत असतात.

शिमोग्याचे व्याघ्र अभयारण्य म्हणजे प्राण्यांची क्रूर चेष्टा! माणसांना न बिथरणारे, माणसाळलेले वाघ! अभयारण्य म्हटले की त्यात सांबरापासून चितळ, भेकर, बारासिंगा, काळविट, इंबेतचा रानरेडा जंगलाची मस्ती दाखविताना दिसलाच पाहिजे. ओरिसातील नंदकाननचे अभयारण्य आणि शिमोग्याचे अभयारण्य हे एकमेकांची कार्बन कॉपी! जंगलाचे ज्ञान नसलेले पर्यटक समजतात खुल्या जंगलात वाघ पाहायला मिळेल. आपले वनाधिकारी पर्यटकांना कशा टोप्या घालतात, याची उदाहरणे नंदनकानन आणि शिमोग्याचे अभयारण्य आहे.

पट्टेरी वाघ हा जंगलाचा राजा! तो समुदायात कधीच राहत नाही. जेव्हा माजावर येतो, तेव्हाच आपली राणी शोधतो. एकट्यानेच मस्तीत फिरायचे, हा या वाघाचा स्वभाव! परंतु शिमोग्यात पाच-पाच वाघ एकत्र दिसतात. हे वाघाच्या नैसर्गिक प्रवृत्तीविरुद्ध आहे. कान्हा अभयारण्यातील वाघासारखी ना डरकाळी, ना रक्ताने माखलेले तोंड, ना तेजस्वीपणा! परंतु अभयारण्याच्या नावाखाली होणारी फसवणूक, अरण्यवाचन न

करणाऱ्या बिचाऱ्या मुसाफिरांच्या डोळ्यांत धूळ फेकणारी ही वृत्ती सरकारी बाबूलोकांच्या हाडीमांसी खिळली आहे. एखाद्या सर्कसचा शिकारखाना आणि शिमोग्याचे अभयारण्य यात काहीही फरक नाही. सर्कसमध्ये लोखंडी पिंजरे. तर अभयारण्यात लांब वर्तुळाकार चेनलिंग वायरचे पिंजरे, तरीसुद्धा मन रिझविण्याचे सामर्थ्य शिमोग्याच्या अभयारण्यात नक्कीच आहे.

शिमोगा सोडताच आपण गिरसप्पाकडे येतो. गिरसप्पाला आता 'जोग फॉल्स' म्हणतात. महाराष्ट्रातील जोग नावाच्या एका इंजिनिअरने तेथे जनित्र उभारले. सर विश्वेश्वरय्या यांनी गिरसप्पाचे बारसे 'जोग फॉल्स' या नावाने करून जोगांबद्दलची कृतज्ञता व्यक्त केली. अन्यत्र साहेबांचीच नावे असतात. येथे मात्र एका भारतीयाचे नाव त्याच्या कर्तृत्वाला सलाम करते.

सौंदर्याच्या जलधारा

शिमोग्याहून गिरसप्पाला जाताना आंबा-फणसांच्या राशीतून जातो. खाली पडणारे राजा-राणी पाहण्याचे औत्सुक्य असते. 'जोग फॉल्स' जवळ गेल्याबरोबर सोन्या-चांदीच्या पंचधारा खाली ओसंडून वाहतात. राजा आणि राणी धबधबे इंदधनुष्य निर्माण करतात. राजा कोसळताना मध्येच खाली राणी त्याला भेटते. या पंचधारा ओलावलेल्या लोचनांनी खालच्या मातीला कवेत घेतात. राजा-राणीचे हे नृत्य पाहायला सारे हिरवे जंगल सुवासाने दरवळलेले असते. सागरात खेळणारी चांदी खाली कोसळत असते. हे जन्म-जन्मांतरीचे नाते सांगणारे दुधाचे घट खाली कोसळताना नकळत वरून पाहणाऱ्या पर्यटकांचा शृंगार वाढवीत जातात. जोग फॉल्स धवल सौंदर्याचा वेद आहे. परंतु छत्तीसगडमधील इंद्रावती नदीमधील महाकाय धबधबा आणि तीरथगडमधील बिलोरी आरशासारखा तीरथगड धबधबा जरी उंचीने कमी असला तरी जोग फॉल्सपेक्षा अधिक रम्य वाटतात. चांदीसारखे कड्याकपारीला गहिरे करणारे, कडे-कपारींतून खिदळत येणारे, परस्परांना फोडणारे हे धबधबे एक नवे तोरणच बांधीत असतात. त्यांचे बिंब खाली पडत असताना इंद्रधनुष्याच्या झळाळत्या झावळीतून त्यांचे रुपेरी खांब बांधत येते. जोग फॉल्स पाहताना माझी अवस्था —

'शब्द थबकले वदनामधले, स्तिमित जाहलो तदा
वीज निघाली डोळ्यांपुढुनी तुडवित जलसंपदा
स्वरांवरी ते गुंफित गेली धरित तांबड्या निऱ्या
गौर वाकुल्या दावित गेल्या भिजलेल्या पोटऱ्या'
...अशी झाली.

कर्नाटकामधील क्षितीज फुलवणाऱ्या, तुरे फुलविणाऱ्या पोफळीच्या झळाळत्या बागा पाहत जा. एका सनातनी ब्राह्मण कुटुंबाच्या मांडवात जेवणासाठी पथारी पसरली. त्यांना विचारले, "जंगलाच्या रस्त्यात हिंदीत पाट्या असाव्यात. जागतिकीकरणाचा जमाना आहे. माणसे फिरत असतात. आणखी पर्यटक येतील." ते 'कन्नडाभिमानी' उत्तरले, "आम्ही कानडीच वापरणार. पेहरावातही बदल करणार नाही." त्याचा दुरभिमान सोडला तर ही भाषा दक्षिणेत स्वच्छंद भटकणाऱ्यांना कशी अडसर ठरते, हे माझ्या लक्षात आले. पर्यटकांना एक सामान्य भाषा अवगत असते.

जंगलांचे भक्तिस्रोत

आपण तरारून-थरारून जावे, असे हिरवे टोपडे कर्नाटकाच्या टेकड्यांना ईश्वराने बहाल केले आहे. जंगलातून फुटणारे धबधबे, फुलणारी झाडे एक प्रकारे सुखशांतीचा मंत्रच देत असतात. कर्नाटकाच्या हिरव्या टेकड्या पाहाताना आपण गुणगुणू लागतो —

'हरिकांतीचे वस्त्र तनुवर ज्योतिषचित्रे गं'

जगदगुरू शंकराचार्य, मध्वाचार्य, वल्लभाचार्य, रामानुजाचार्य अनेक जैन तीर्थंकरांना जीवनाचे मुक्त चिंतन या गिरिदरीतून उसळणाऱ्या उसळत्या धबधब्यांमुळे करता आले. भक्तीचे स्तोत्र गाऊन मुक्तिदान करण्याचे सामर्थ्य या हिरव्या जंगलानेच त्यांना दिले. कार्तिक महिन्यातील आमच्या या आनंदयात्रेत सोळा शृंगारांनी निसर्ग बहरला होता. नुकताच पावसाळा संपल्याने झऱ्यांचे पैंजण वाजत होते. कापणीला आलेली साळी सुवासिक होऊन वाऱ्याला वेडीपिशी करत होती. साडेपाचशे किलोमीटरचे हे जंगल नकळत आपल्याला गुलाबी गेंदासारखे फुलवत असते. वेली नव्या-नवेल्यासारख्या आपल्या पदराने मोठमोठ्या झाडांना, खोडांना आपल्या मिठीत घेत होत्या.

कर्नाटकातील टेकड्या पायाखाली घालताना आपण हिरवेच होतो. मडिकेरीपासून शिमोगापर्यंत जंगलातून उसळणाऱ्या जलपऱ्या पाहताना आपली निसर्गसौंदर्याची आस वाढवीत असतात. पोफळींना वेढणाऱ्या नागवेलीच्या पानांनी आपली यात्रा रंग जात असते. कर्नाटकात या टेकड्या पाहण्याचा खरा काळ कार्तिक-मार्गशीर्षांचा! या टेकड्या पायाखाली घालताना निसर्गाची धुनी, केळीच्या बागा, मधून-मधून या जंगलाला सोन्या-मिन्याचे ताट बहाल करतात. या हिरव्या टेकड्यांची भ्रमंती वसंत बापटांच्या शब्दांत सांगायची तर —

'आम्ही चौमुलखीचे मुशाफीर दमलेले
घडिभरी पाहावी मौज म्हणून जमलेले
सहकुटुंब केवळ नेत्रसुखी रमलेले
परि गतजन्मीचे पुण्य केवढे गाठी
बिकिनीत पद्मिनी मिरवे आमुच्यासाठी!'

●

२१.
फेसाळत्या लाटांचा मोहमयी 'मालपे बीच'

कच्छपासून कोलकत्यापर्यंत पसरलेला अरबी महासागर, हिंदी महासागर आणि बंगालच्या उपसागरावरील असंख्य पुळणी पाहिल्या होत्या. वाळूच्या मऊशार गादीत लोळलो होतो. लाटांना डोक्यावरून जाऊन देऊन सचै लस्नान केले होते. परंतु कर्नाटकाचा समुद्रकिनारा मला अस्पर्श होता. या वेळेस ठरवून कर्नाटकाच्या अरबी सागराच्या पुळणीवर हुंदडायचे ठरविले. मुरुडेश्वर, कारवार, मालपे बीच या जागा प्रवासाच्या नकाशावर अधोरेखित केल्या.

उडुपीजवळ एक मच्छी मार्केट आहे. कावळ्यांच्या प्रचंड झुंडी आणि आकाशात घोंगावणारे ससाणे, घारी यांवरून सहज लक्षात येते, की येथे मच्छी मार्केट आहे. या मच्छी मार्केटजवळूनच बोटी सुटतात. ५०, ७० रुपयांचे तिकीट काढले की बोट सुरू! मालपे बीचवर जाताना बोट एकदा बदलावी लागते. मालपे बीचवरचा समुद्र उथळ असल्यामुळे मोठ्या बोटीतून छोट्या बोटीत, छोट्या बोटीतून किनाऱ्यावर— असे जावे लागते. मेरी आयलँड हे छोटेसे बेट आहे. मेरी आयलँडच्या जंगल वाढलेल्या गवताला आणि वाळूला पायांखाली दाबत आपण गेलो की पश्चिमेला अरबी महासागर निमंत्रणाला हजरच असतो.

बेहोष, उफाळता सागर अनावर, आतुर आवेगासारख्या पाकळीनं पसरणाऱ्या लाटांच्यामुळे आपले अस्तित्व कानांना आणि डोळ्यांना भावेल या पद्धतीने सामोरा येत होता. इतर बीचहून मालपे बीचचे वेगळेपण आहे. बीचवर उंच सुळक्यासारखे खडक आहेत. हरिहरेश्वरला कोरल आहेत. गुजरातचे बीचेस

मातकट आहेत. जगन्नाथपुरीचा बीच रुपेरी आहे. परंतु ताशीव खडक फक्त मालपे बीचला आहेत. रविवार असल्यामुळे खूप गर्दी! या गर्दीत ख्रिश्चनांची पोरे-टोरे, जोडीला निळसर डोळ्यांच्या गोऱ्या पोरींची साथ-संगत! ढोल वाजू लागतो. ढोलाच्या साथीला गिटार आणि सामुदायिक नृत्याच्या कॅसेट्स. हळूहळू बोटीवर, वाळूतही पावले थिरकायला लागतात. एकीकडे किनाऱ्याचे बंधन; पत्नीबरोबर असल्याने मला बंधनाचे किनारे! परंतु माझे संदर्भ बदलतात. परप्रकाशी ग्रहासारखे न राहता त्या तरुणांच्या टोळीत मीही कोणाचा तरी हात धरतो. रॉक अँड रोलच्या स्टेप सुरू होतात. पावले थिरकायला लागतात. पावलांच्या आणि शरीराच्या अनेक आकृत्या तयार होतात. ढोल वाजतोय 'ढांगऽ ढिंगऽ ढांगऽऽ' आणि नकळत एक गती येते. गोऱ्या मुली आणि मुलेही थिरकायला लागतात. नकळत परस्परांना अपरिचित या समुदायाला नाचण्याचा नवाच अर्थ येतो. नृत्य हे सामुदायिक असले की नकळत सारं शरीर फुलून जातं. वाळूवरच्या आभाळाला आणि समुद्राला चांदण्यांचं उधाण येतं. पावलाच्या उच्छ्वासानं आमच्या आकृत्या स्वस्तिकासारख्या बनायच्या. तरुण-तरुणींच्या घायाळ नजरा मालपे बीचवर ताजमहालचा चाँद बनून येत. या नृत्यात जोडपीही होती. परंतु प्रत्येकाने आपल्या चौकटीशी इमान ठेवलं होतं. हातात हात होते, पाय बदलत होते; परंतु लक्ष्मणरेषेचं भान होते. गृहस्थाश्रमी गृहस्थाश्रम असल्यासारखेच वागत होते, परंतु मनातला चंद्र अमावस्येला उधाणाला यावा तसा उधळत होता.

'प्रीतीची वाट नेहमीच जात असते अथांग जळातून
वाळूवरच्या पावलांनी तिचा माग लागत नसतो.'

समुद्रकळीचा फुलोरा

मालपे बीच ही छायाचित्रणाला सुरेख जागा! सुळक्या-सुळक्यांच्या दगडांवर बसून आपली छायाचित्रे काढण्याची स्पर्धा चाललेली होती. लाटांनी काहूर माजवलं होतं. त्यांच्या आठवणीच्या खुणा त्या ठेवून जात होत्या. लाटांचे रंग किनाऱ्यावर येताच त्या एकमेकांत विरून जात होत्या. स्वच्छ पांढरा रंग, त्याचा फेस वाळू-किनाऱ्याला स्पर्श करताच विझून जात होता. जमिनीच्या पायाशी सागर नम्रपणे कोसळत होता. या किनाऱ्यावर दिवसालाही रंग, येत होता. कधी समुद्र स्वच्छ पांढरा, गर्द हिरवा, निळा-जांभळा आणि रुपेरीसुद्धा दिसत होता. लाटांवरून परावर्तित होणारे सूर्य-किरण रंगांची अनेक मिश्रणे दाखवीत होते. किनाऱ्यावर लाटांच्या पाऊलस्पर्शाने शंख-शिंपल्यांची रासच जमा होत होती. हे शंख-शिंपले म्हणजे समुद्रकळीचा फुलोरा होता.

समुद्र वांझ नसतो. तो रत्नाकर आहे. त्याच्या मोतिया रंगाच्या पाऊलखुणा मालपे बीचवर दिसत होत्या. या बीचवर लहान मुले धावत होती. तरुण जोडपी हातात हात घेऊन ओठांतलं हसू उधळून देत होती. मऊशार वाळूच्या गालिच्यावरून हसत-खिदळत, अडखळत कोणी पाहत नाही, असं समजून साताजन्माचं दान गालाला भिडवून ओढणीच्या पदरात टाकत होते. मराठीत जंगलासाठी रानभूल शब्द आहे. परंतु समुद्राच्या सुंदर दृश्यात हरवण्यसाठी शब्दच नाही. पण तारुण्यानं चिमूटभर चांदणं मागावं यासाठी समुद्रकिनाराच हवा. येथे शब्द नसतात, वचन नसते; परंतु कावळा-चिमणीच्या राज्यात समुद्रकिनारीच सप्तरंगी शृंगाराचे मोर फुलारतात. पुसणाऱ्या पावलांचे ठसे ठेवून फक्त डोळेच लाटांच्या साक्षीने लाख-लाख वेळा तारुण्याची ओवाळणी घालतात. समुद्राची निळाई आमच्या वृद्धत्वाच्या आभाळावरही चांदणं रेखीत होती. आमचा ज्येष्ठ नागरिकांचा गट परस्पर बाजूला जाऊन लाटांत हरवून सरलेल्या दिवाळीची पुन्हा एकांतात लखाकून दिवाळी करत होता. या बीचवरील सगळ्याच मानवी थव्यांचं चित्र रेखाटायचं, तर नीलांबरी कुलकर्णींच्या शब्दांत—

'या क्षितिजापासून
त्या क्षितिजापर्यंत पसरलेला
तो कृष्णधवल सागर, एकीमागून एक येणाऱ्या,
खळखळत्या फेसाळ लाटा,
ओढाळ मिठीत किनाऱ्याला गुदमरवून टाकणारा,
अनावर आवेग,
चिंब मनाचा एक तृप्त हुंकार,
अन् अवघं त्याचंच तर प्रतिबिंब
तुझ्या आतूर नितळ डोळ्यांत.'

मालपे बीचवर समुद्राला, लाटांना शब्दांत कोंडता येणार नाही. या बीचवरच्या वाळूच्या कॅनव्हासवर झेपावणाऱ्या समुद्राच्या स्वैर संचाराला आभाळडोळ्यांनी पाहत हा बीच आणि समुद्र जगायचा असतो.

या बीचवर काही झोपड्या आहेत, बसायला बैठका आहेत; परंतु रानाचं गवत माजलेली इतकी सुंदर जागा काटेरी का ठेवली?

सूर्य-लाटांचे पैंजण

कर्नाटक सरकारला किनाऱ्यावर वाळूच्या मिठीत शिरणाऱ्या या 'मेरी आयलँडला' आणखी शृंगारिकता आणता आली असती. 'विटके आयलँड' पार करत आपल्याला

भेटतो तो निळ्या धाग्याचा समुद्र! तुमच्या कोरड्या पापण्या व काळी बुबुळे निळे करण्याचे सामर्थ्य मालपे बीचमध्ये आहे.

कुंदापूरपासून मुरुडेश्वराला येताना जवळजवळ २० किलोमीटरवर मस्त मिजासीत रमणारा रुमझुमता समुद्र आपल्या सांगाती असतोच. हा समुद्र आपल्याला जीव लावतो. याच मार्गाने आपण मुरुडेश्वराला येतो.

मुरुडेश्वराच्या बीचवर एस. आर. शेट्टी या उद्योगपतीने जुन्या शंकराच्या मंदिराभोवती महाकाय शंकराचे शिल्प व गीता सांगणाऱ्या योगेश्वर कृष्णाचे शिल्प उभे केले आहे. समुद्रातच घुसलेले नारळ-पोफळीत विसावलेले त्यांचे हॉटेल तर तासन्‌तास गॅलरीत बसून समुद्राच्या लहरींमध्ये तुम्ही पडावे, त्याच्या भूलभुलय्यात आपण भुलावे—इतके सुरेख बांधले आहे. चंद्रकोरीसारखा पसरलेला नारळाच्या छत्र-चामराने अलंकृत केलेला हा बीच एखादा रास खेळावा, असे सुख देतो. एखाद्या लाडीचे लाड पुरवावेत, गालावर गाल ठेवून समुद्राचे गूज सांगावे, अशी धुंदी या किनाऱ्यावर येते. इथली स्वच्छता, वाळूची ओलाई, त्यावर लाटांनी बळजबरी करत काढलेली नक्षी तुमच्या डोळ्यांत सोन्याची सुगी आणते. या बीचवर गर्दी कमी असते, परंतु नारळाच्या घनछायांमध्ये चांदावलेल्या सूर्यलाटांचे पैंजण वाजवीत समुद्र-संगीताची धुंदी नकळत आपल्या जीवाला गारवा देते. कवितेत सांगायचे, तर—

कधी तुफान वादळ होतो कधी रेशीमसा झिळमिळतो
कधी रुसतो, निघुनी जातो, कधी भलत्या वेळी येतो ।

स्वप्नांचा उसळता दर्या व दर्याची रंगभरी चित्रे पाहायचीच, तर मुरुडेश्वरच्या बीचवर जा. माझा शब्दकुंचला मुरुडेश्वराच्या समुद्राचे रंग उतरवण्यास अपुराच आहे. रंगशब्दांच्या माध्यमातून हा बीच साकारता येणार नाही. हा बीच अनुभवाच!

कर्नाटकाच्या या समुद्रकिनारी यात्रेच्या मधुर आठवणींबरोबर कडू-गोड अनुभव आहेत. सतरा नंबरचा मुंबई-मंगलोर महामार्ग येथून जातो. परंतु प्रत्येक शंभर फुटांना एक खड्डा! गाडीचा पाटा तुटतो, क्लच प्लेट जाते आणि अवघड बाळंतिणही सीझर न करता येथेच बाळंत होते. याला राष्ट्रीय महामार्ग का म्हणायचे? कारवार-कोची ही आपल्या आरमारी सामर्थ्याची केंद्रे. लष्करी सत्तेला रस्ते सुंदर असावे लागतात. परंतु, दिवसभर खाणे-पिणे, परस्परांना शह-काटशह देणे यात मश्गूल असलेल्या नीरोंना या सागरी रस्त्याचे महत्त्वच कळले नाही. परंतु अरबी महासागर आम्हासारख्या भटक्यांना त्याच्या पावलांसहित बोलवतो. भटक्यांच्या पाऊलस्पर्शानं थकलेली पावलं कळ्यांचा सडा पाडतात, हेच खरं!

●

२२.
हुतात्म्यांचे शहर - अमृतसर

देशामध्ये ज्या धाराभूमी आहेत, त्यांचे मला सातत्याने आकर्षण राहिले आहे. परत-परत या भूमीला भेट देऊन त्या मातीचा टिळा माथी लावून आपली राष्ट्रीय ऊर्जा कायम ठेवण्याचा सोस आहे. वाढते वय, ज्येष्ठत्वाची जाणीव, वृद्धत्वाची सावली यामुळे घाईचंदगिरी करावी लागते.

कवी बच्चन यांच्या शब्दांत सांगायचे तर :
"दिन जल्दी जल्दी ढलता है।
हो जाय न पथ में रात कहीं...
मंजिल भी तो है दूर नहीं...
यह सोच थका दिन का पंथी भी
जल्दी जल्दी चलता है।

या मानसिकतेतून अमृतसरकडे पावले वळाली. शिखांचे धर्मगुरू गुरूगोविंदसिंग यांच्या जन्म चतु:शताब्दीत शिखांच्या चार तख्तांपैकी अमृतसरच्या अकाल तख्तसाहिबला भेट द्यायचीच, असा संकल्प सोडला. भारताच्या स्वातंत्र्याला साठ वर्षे पूर्ण होत आहेत. भारताच्या स्वातंत्र्यलढ्याला गती देणारे जे प्रसंग आहेत, त्यांत जालियनवाला बाग हत्याकांड भारतीय स्वातंत्र्यलढ्याला प्रेरणा देऊन गेले. अमृतसर हे देशाचे धारातीर्थ आहे.

अमृतसरला भेट म्हणजे सुवर्णमंदिराला भेट! अमृतसरचे सुवर्णमंदिर म्हणजे 'हरी का द्वार!' जेथे द्वेष, भेदभाव, जात-पात विसरून सर्वांना मुक्त प्रवेश असतो. परंतु सिगारेट, बिडी

व पादत्राणे, चामड्याच्या वस्तू यांना तेथे पूर्ण बंदी. कोणत्याही धर्मस्थळात प्रवेश करताना शूचिर्भूतता महत्त्वाची. हात-पाय धुवा अगर अकाल तख्त समितीने केलेल्या स्नानगृहाचा उपयोग करा; मगच ईश्वराच्या या दरबारसाहिबात आपल्याला मुक्तपणे फिरता येईल.

अमृतसरला येण्याची ही माझी दुसरी खेप! पायऱ्या चढून वर गेल्यावर शिखांचे चौथे गुरू रामदास यांनी सुंदर मंदिराआधी तलाव खोदायला सुरुवात केली. सन १५४७ मध्ये गुरू रामदासांनी हे सरोवर खोदायला सुरुवात करून १५८९ मध्ये हे सरोवर पूर्ण बांधून झाले. या सरोवराला 'अमृत' सरोवर असे नाव ठेवले. हे नाव हिंदू दंतकथेशी संबंधित आहे. लव-कुशांनी आपले पिताजी प्रभू रामचंद्र आणि तिन्ही चुलते लक्ष्मण, भरत, शत्रुघ्न यांना मूर्च्छित पाडले. स्वर्गातून अमृत आणून त्यांच्यावर शिंपडले. उरलेले अमृत जमिनीत पुरून टाकले. ज्या ठिकाणी अमृत पुरेले होते, त्याच ठिकाणी गुरू रामदासांनी हा तलाव बांधला. त्या तलावाला 'अमृतसर' असे म्हणतात. हे सरोवर ४७५ फूट लांब-रुंदी आहे. त्याला सर्व बाजूंनी संगमरवराचे सुंदर घाट आहेत.

सर्व धर्म समभाव पंथ

गुरू नानकांचा पंथ खऱ्या अर्थाने 'सर्व धर्म समभावी' आहे. गुरू अर्जुन-देवांच्या मानत आले, येथे सुंदर मंदिर असावे. 'संत मियाँ मीर' या मुस्लिम सूफी फकिराच्या हस्ते सुवर्णमंदिराच्या पायाचा दगड बसवण्यात आला. सन १५८९ मध्ये बांधण्यास सुरुवात केलेले मंदिर १६०१ मध्ये पूर्ण झाले. शीख पंथाचे वैशिष्ट्य आहे— 'तो निराकारी आहे.' मूर्ती-उपासना शीख पंथात नाही. शीख पंथाचे संस्थापक गुरू नानक थेट काबापर्यंत प्रवास करून आले होते. नकळत सूफी-इस्लामी तत्त्वज्ञानाचा प्रभाव गुरू नानक आणि त्याच्या शिष्यांवर पडला. आपल्याकडे ज्ञानेश्वरी आपण प्रमाण मानतो. वर्षातून नाम सप्ताह करतो. गुरू अर्जुनसिंगांनी 'हरिमंदिरसाहिब' हे मंदिर तलावाच्या मध्यभागी पूर्ण केले. सन १६०४ मध्ये आदिग्रंथसाहिबाची स्थापना केली. या मंदिरात जाण्यासाठी २०० फूट लांबीचा संगमरवरी पूल आहे.

सुवर्णमंदिर हे शिखांच्या धार्मिक अस्मितेचे, हौतात्म्याचे प्रतीक आहे. या मंदिराच्या रक्षणासाठी अगदी विसाव्या शतकापर्यंत शिखांना प्राणाची कुर्बानी द्यावी लागली. १८ व्या शतकात मस्सा रंग या मोगल शासकाने हे सुवर्णमंदिर ताब्यात घेऊन त्याला नाच-गाण्यासाठी रंगमहाल बनविला. परंतु मेहताबसिंग, सुक्खासिंग या शूर शिखांनी त्याला मृत्यूचा रस्ता दाखविला. नादिर शाह, अहमद शाह

अब्दालीने शिखांच्या या पवित्र गुरुद्वाराला उद्ध्वस्त करण्याचा विडाच उचलला. त्या वेळेस बाबा दीपसिंग या ७९ वर्षांच्या शीखपंथीय सैनिकाने आपली मान तुटली असतानाही युद्ध करून 'हरिमंदिरसाहिब'चे रक्षण केले. शीख आपल्या धर्मस्थळांबाबत अत्यंत संवेदनशील असतात. सुवर्णमंदिराबाबत तर त्यांची श्रद्धा वारकऱ्यांइतकीच उत्कट आहे.

'जड तड प्रेम खेलण का चाउ
सिर धरि तली गली मेरी आउ ॥
इतु मारगि पेरु धरीजै ॥
सिरु दीजै काणि न कीजै ॥'

या मंदिरासाठी अनेक शीख शहीद झाले आहेत.

'हरिमंदिरसाहिब' या मंदिरावर हल्ला करून अहमद शहा अब्दालीने दारूगोळ्याने हे मंदिर उडवून दिले. त्या वेळेस ३० हजार शीख स्त्री-पुरुष, मुले लढता लढता शहीद झाली.

सुवर्णमंदिर

सन १७६७ मध्ये पुन्हा या मंदिराच्या पुनर्निर्माणाचे कार्य महाराजा रणजित सिंगांनी सुरू केले. महाराजा रणजितसिंगांनी त्याला सुवर्णमंदिर बनविले. या सुवर्णमंदिराच्या रचनेला जेवढे सोने लागले, तेवढे दुसऱ्या एखाद्या वास्तूला क्वचितच लागले असेल. या मंदिराचे छत सोन्याच्या पत्र्यांनी लखलखत असते. म्हणून तर याला सुवर्णमंदिर म्हणतात. सुवर्णमंदिर ही दोन मजली इमारत आहे. निळ्या सरोवरात या मंदिराची छाया पाण्यालाही सोन्याचा मुलामा देते. या इमारतीची रचना एखाद्या जहाजासारखी आहे. 'हरिमंदिरसाहिब' हे जगातल्या भवसागरातून तारून नेणारे जहाज आहे. ते शंभर किलो सोन्याने मढविले आहे.

'वाहिगुरु नाम जहाज है
चढे सो उतरे पार'॥

सुवर्णमंदिराची शिखरे उलट्या कमलपुष्पासारखी आहेत. कमळाची फुले पाण्यात आणि चिखलात राहूनही निर्लिप्त असतात, तोच शिखांचा आदर्श आहे. सुवर्णमंदिराला चार दरवाजे आहेत. कोणीही येऊन येथे भगवत्‌गायन ऐकू शकते. एका चौरस फुटाला दीड तोळा सोने लागले. हरिमंदिरासाठी त्या काळात शंभर किलो सोने वापरण्यात आले, म्हणूनच त्याला 'स्वर्णमंदिर' म्हणतात. बाबा अटलच्या स्मरणार्थ जवळच नऊ मजली इमारत बांधली आहे. गुरू रामदास निवासात २२८ खोल्या व १८ मोठे हॉल आहेत, तर गुरू नानक निवासात ६६ खोल्या आहेत.

आता तर गुरू गोविंदसिंगांच्या स्मरणार्थ १०० खोल्या वातानुकूलित स्वरूपात बांधल्या आहेत.

शीख धर्मात सुवर्णमंदिरातील बोरीच्या झाडांना धार्मिकतेचे वलय आहे. पाचवे धर्मगुरू अर्जुनसिंग ज्या बोराच्या झाडाखाली बसत आणि ज्या बोराच्या झाडाला मेहताबसिंग व सुक्खासिंग यांनी सुवर्णमंदिराला नाच-गाण्याचे स्वरूप देणाऱ्या झाडाला घोडे बांधले होते. त्या बोरीच्या झाडाला वेलचीचा स्वाद असणारी बोरे येतात. सुवर्णमंदिरातील एका टोकाला बोराचे झाड आहे, त्याला दुखभंजनी बेर म्हणतात. या हरिमंदिरात थडासाहिब, निशानसाहिब ही मंदिरे बांधलेली आहेत. या स्वर्णमंदिराचे वैशिष्ट्य आहे की, सकाळी गुरु ग्रंथसाहिब आणला जातो. त्याच्यावर चवरी ढाळली जाते. त्या ठिकाणी सातत्याने भजन-कीर्तन करून मंदिराचे पावित्र्य वाढविले जाते. एक प्रकारे देवस्थानचे गायक ग्रंथसाहिबातील पदे रागदारीत गातात. रात्र पडल्यावर ग्रंथसाहिब अकालबुंगात नेतात.

या देशामध्ये कदाचित आवश्यक किंवा अपरिहार्य म्हणून 'ऑपरेशन ब्ल्यू स्टार' ही मोहीम देशाच्या अखंडत्वासाठी माजी पंतप्रधान इंदिरा गांधींना करावी लागली. इंदिरा गांधींनी जेथून रणगाडे आणि सैन्य आत घुसविले होते, ती पडलेली भिंत करसेवेने बांधली आणि त्याच्यावर आज काचेची पेटी बसवून शीख-धर्मीयांवर अन्याय झाला आहे, याची खूण त्यांनी जपली. बहुसंख्य प्रवासी प्रसाद घेऊन सुवर्णमंदिर सोडतात. सुवर्णमंदिरात शिखांनी एक ग्रंथालय आणि म्युझियम स्थापित केले आहे. जुनी चित्रे, युद्धसामग्री, हस्तलिखिते, पवित्र लेख जपले आहेत. भिंद्रनवाले यांच्यामुळे इंदिरा गांधींना लष्करी कारवाई करावी लागली. त्या भिंद्रनवालेंची प्रतिमा सुवर्णमंदिराच्या संग्रहालयात आज लटकते आहे. माजी पंतप्रधान इंदिरा गांधी, भारताचे सरसेनापती अरुणकुमार वैद्य यांची हत्या शीख दहशतवाद्यांनी केली. मात्र, अहमद शाह अब्दालीपासून मोगलांनी हे मंदिर अपवित्र केले; परंतु जबऱ्या धर्मनिष्ठेने पुन: पुन्हा सुवर्णमंदिराचा तजेला करसेवेने शिखांनी कायम ठेवला.

आतिथ्य ही शिखांची खासियत आहे. कोणत्याही खेड्यात तुम्ही जा, गुरुद्वारात तुमचे अगत्यपूर्वक स्वागत होते. सुवर्णमंदिरातील लंगरमध्ये ३० हजार यात्रिकांना रोज ताजे अन्न दिले जाते.

धर्मरक्षणासाठी शस्त्र

सुवर्णमंदिरात फिरताना एक लक्षात आले, गुरू गोविंदसिंगांचा आदेश शिखांनी प्रमाण मानला. केवळ जपमाळेने धर्माचे रक्षण करता येत नाही; धर्मरक्षण करायचे तर तलवार आणि राज्यबळ पाठीमागे असलेच पाहिजे. गुरू गोविंदसिंगांनी

भगवी वस्त्रे फाडून राजाचा आणि योद्ध्याचा परिवेष धारण केला. शांतिप्रिय शीख धर्मावर तलवारवादाची छोटी कलम लावली. गुरू गोविंदसिंगांमुळे कंगी (केस साफ करण्यासाठी), कच्छा (स्फूर्तीसाठी), कडा (यम नियम संयमासाठी), कृपाण (आत्मरक्षणासाठी) धारण करायला लावले. सुवर्णमंदिरात भटकत असताना प्रत्येक शीखधर्मीयाला मी न्याहळत होतो आणि माझ्या लक्षात आले— सुवर्णमंदिर पवित्र वास्तू असली तरी भक्तांच्या अंत:करणात हौतात्म्याची ओढ निर्माण होते. अत्यंत उद्योगप्रिय मेहनती शीख मंदिरात आल्यानंतर गुरू गोविंदसिंगांनाही विसरत नाहीत. सुवर्णमंदिराच्या पायऱ्या उतरताना गुरू गोविंदसिंगांचा मंत्रच सांगत होता— हौतात्म्य पत्करू, परंतु सुवर्णमंदिराची झळाळी कधीच कमी होऊ देणार नाही.

सेवक सिक्ख हमारे तारिय, चुनि-चुनि शत्रु हमारे मारिय ।
जो हो सदा हमारे यच्छा, श्री असिधुजजी करिय हु रच्छा ।
मैं न गनेसिहं प्रथम मनाऊँ, किशन-विशन कब हुँ नही ध्याऊँ ।
महाकाल रखवार हमारे, महालोह मैं किंकर थारे ।
अपना जान मुझे प्रतिपारिय, चुनि-चुनि शत्रु हमारे मारिय ।
धन्य जियो ते हि को जग में मुख ते हरि चित्त में युद्ध विचारे ।'

शिखांना आपला गुरुद्वारा फार पवित्र असतो. रकाबगंज गुरुद्वाराच्या भिंती १९१३ मध्ये इंग्रजांनी पाडल्या. क्षुब्ध शिखांनी शाहिदी चळवळीचा अंगार धारण करताच इंग्रजांनी स्वत:हून गुरुद्वाराच्या भिंती बांधून दिल्या. या एकाच घटनेवरून शीखधर्मीय आपल्या पवित्र सुवर्णमंदिराबाबत किती संवेदनशील असतील, याची कल्पना येईल. अमृतसरचे सुवर्णमंदिर ही शिखांची काशी आहे.

•

२३.

जालियनवाला बाग

राष्ट्रीय काँग्रेसच्या १९१८ च्या खास अधिवेशनात पंजाबच्या प्रतिनिधींनी सांगितले, ''आम्ही ज्वालामुखीच्या तोंडावर बसलो आहोत. दडपशाहीच्या या ज्वालामुखीचा स्फोट पंजाबमध्ये कोणत्याही क्षणी होऊ शकेल.'' रौलक्ट ॲक्ट मंजूर होताच पंजाबी नेते डॉ. सत्यपाल आणि डॉ. किचलू यांना हद्दपार करण्यात आले. म. गांधीजींना अटक झाली. त्याची प्रतिक्रिया जमावाच्या उठावात झाली. या जमावाच्या हल्ल्यात पाच इंग्रज ठार झाले. म. गांधीजींनी मायकेल एडवायर हे लायक नसल्याचा आरोप केला.

अमृतसरमधील 'जालियनवाला बाग' म्हणजे भारताच्या स्वातंत्र्यपूर्वकाळाचे प्रेरणास्थळ बनले. याची पार्श्वभूमी अमृतसरमध्ये आहे. एका चिंचोळ्या गल्लीत एक छोटेसे मैदान आहे. इंग्रज सरकारने शहरात सभाबंदी केली. लोकांना इंग्रज पोलिसांनी या मैदानात जाऊ दिले. २० हजार नि:शस्त्र नागरिक इंग्रजांच्या निषेधासाठी जमा झाले. एडवायरला ब्रिटिश रक्ताचा सूड उगवायचा होता. ब्रिगेडियर जनरल डायर तेथे लष्करी गाड्या आणि सशस्त्र सैनिक घेऊन गेला. या बागेतून बाहेर जाण्यास एकही रस्ता नव्हता. जी चिंचोळी वाट होती, ती इंग्रजांनी अडवली. गोळ्यांच्या १६५० फैरी झाडण्यात आल्या.

प्रा. ग. प्र. प्रधान यांनी वर्णन केल्याप्रमाणे लोकांची अवस्था पिंजऱ्यात सापडलेल्या उंदरासारखी केविलवाणी झाली. या फैरी झाडताना २ हजारांहून अधिक लोक मरण पावले.

काहींनी मैदानातील उघड्या विहिरीत उड्या मारल्या. या अमानुष कत्तलीसारखी नि:शस्त्र नागरिकांची कत्तल जगात कोठेही झाली नाही. रवींद्रनाथ टागोरांनी देशबांधवांच्या मनातील आर्तता व तीव्र निषेध व्यक्त करण्यासाठी इंग्रज सरकारने दिलेल्या पदवीचा त्याग केला. जालियनवाला बागेतील हुतात्मा स्मारक पाहताना रवींद्रनाथ टागोरांचे वाक्य हृदयात कोरले गेले.

''माझ्या देशबांधवांना माणूस म्हणून वागविले जात नसताना, त्यांना पायदळी तुडविले जात असताना सर्व पदांचा आणि भूषणांचा त्याग करून मी त्यांच्या समवेत राहू इच्छितो.'' गांधीजीनींही कैसर-ए-हिंद हे पदक परत केले व इंग्रजांना लिहिले, 'पाश्चात्त्य देशात अशा अमानुष कत्तलीची प्रतिक्रिया रक्तरंजित क्रांतीमध्ये झाली असती.' यावरून लक्षात येईल—जालियनवाला बाग आणि सुवर्णमंदिर ही आपल्या राष्ट्रीय अस्मितेची प्रतीके का आहेत. हे स्मारक पाहताना 'शूरा मी वंदिले' अशी भूमिका पर्यटकांची होते.

जालियनवाला बागेत केंद्र सरकारने हुतात्मा भवन उभे केले आहे. या आर्ट गॅलरीत सरदार उधमसिंग, दीपा भगत आदी क्रांतिकारकांची छायाचित्रे आणि त्यांच्या प्रतिकाराचा जाज्वल्य आलेखच ताम्रपटावर अक्षरांकित केला आहे. सरदार उधमसिंगांनी इंग्लंडमध्ये जाऊन जनरल एडवायर आणि जनरल डायर यांचा सूड घेण्यासाठी त्यांचा सावलीसारखा पाठलाग केला. मदनलाल धिंग्रांनी जनरल डायरला ठार केले, तर सरदार उधमसिंगांनी १९३६ मध्ये जनरल एडवायरवरला गोळ्या घालून भारतीयांच्या कत्तलीचा हिशेब चुकता केला. जालियनवाला बागेतील ही हुतात्म्यांची चित्रशाळा पाहताना नकळत स्वातंत्र्यलक्ष्मीची कविता तोंडात आली.

'इथे संचारते वारे थरारे स्पर्शाने अंग
अहाहा! जाहली वृत्ती समाधीमाजि या गुंग
क्रांतिकारकांची अमर ज्योत
भिनू दे माझिया अंगी तयाचे थोडके तेज'

जालियनवाला बागेत हुतात्म्यांचे स्मारक उभे आहे. त्या भिंतीवर डायरच्या गोळीबाराच्या खुणा आहेत. त्या खुणाही जुनाट इमारतींनी जपल्या आहेत. सरकारने दिल्लीच्या अमरज्योतीप्रमाणे अखंड अमरज्योत तेवत ठेवली आहे. या अमरज्योतीला आम्ही श्रद्धेने फुले वाहून देशासाठी हौतात्म्य पत्करणाऱ्या २ हजार दिवंगत स्वातंत्र्यसैनिकांना मूकपणे श्रद्धांजली वाहिली. त्या वेळी कुंजविहारींची कविता ओठांवर आली—

'या न्यायाची रीत मानवी असते । खरे ठरते, केव्हा चुकते ।
किती दुर्दैवी, प्राणी असतील असले । जे अपराधाविण मेले ।'

अमर शेखचेही शाहिरी पद आठवले—

‘एडवायरने हुकूम त्याला केला,
तू घेऊन फौजफाट्याला, जा जालियनवाला बागेला!
हा काळ आदमी तर माजला फार, कर त्याला ठार,
करून गोळीबार, हुकूम घे तुजला ॥’

जालियनवाला बाग तेथील भव्य स्मारके पाहताना महाराष्ट्रातील आणि सातारा शहरातील फाशीचा वड वगैरे हुतात्मा स्मारके डोळ्यांसमोर आली अन् शरम वाटली. छ. प्रतापसिंहांचा पुतळा डोळ्यांसमोर आला. सत्ता आणि संपत्तीच्या मागे लागलेल्या महाराष्ट्र सरकारला आणि त्यांच्या नेत्यांना या हुतात्म्यांची ना आठवण ना खंत, ना खेद. जालियनवाला बागेतील आणि सुवर्णमंदिरातील हुतात्मे मात्र मूक भिंतीतून भारतमातेची आळवणी करत असतील—

‘लाभते जया, वीर मरण भाग्याचे । वैकुंठपदी तो नाचे
दे जन्म मला, मातृभूमीचे पोटी । पुन: पुन्हा मरण्यासाठी ।
मागेन हेच श्रीहरिला । मातृभूमी उद्धरण्याला ।
स्वातंत्र्यचरणी लढण्याला ।
तव शुभ उदरी, जन्म पुन्हा घेवोनी । भेटेन नऊ महिन्यांनी ।’

जालियनवाला बागेतून बाहेर पडताना कुसुमाग्रजांचे क्रांतीचे स्वप्न पूर्ण झाल्याचे समाधान मिळते.

‘सरणावरती आज आमुची पेटताच प्रेते
उठतील त्या ज्वालातून भावी क्रांतीचे नेते
लोहदंड तव पायांमधले खळखळा तुटणार
आई, खळाखळा तुटणार...’

शहीद भगतसिंग, सुखदेव, राजगुरू यांना वंदन करून वाघा बॉर्डरकडे निघालो.

वाघा बॉर्डर

अमृतसरजवळ २० किलोमीटरवर भारत-पाकिस्तानची सीमा आहे. अमृतसरहून लाहोरकडे जाणारा हमरस्ता येथेच आहे. सीमारेषेवर तारेचे कुंपण! एकीकडे भारतीयांची गव्हाची शेते, तर पलीकडे पाकिस्तानची खलाटी! नुकताच गहू कापलेला. दोन्हीकडे शेतकरीबांधवांची कामाची लगबग होती. रामानंद सागर यांच्या ‘आणि माणसाचा मुडदा पडला’ या कादंबरीची आठवण झाली. राज्यकर्त्यांनी भूमीची वाटणी केली; परंतु निसर्ग जैसे थेच राहिला! भूमातेची कूस दोन्हीकडे सोनेरी गव्हाने सळसळत

होती. गव्हाला ना अल्लाह माहीत, ना सत् श्री अकाल माहीत! पेरताच उगवायचे आणि दोन्ही राष्ट्रांतील नागरिकांची पोटपूजा करण्याचा धर्मच त्यांना माहीत होता.

वाघा बॉर्डरवर गेल्यावर मोठी स्टेडियम लागतात. भारताच्या बाजूने चार स्टेडियम, पाकिस्तानच्या बाजूने एक स्टेडियम! दोन्ही राष्ट्रांतील पर्यटक संध्याकाळी पाचपासून गर्दी करतात. एका गेटवर भारताचा तिरंगा डौलाने फडकत असतो. अनेक नागरिकांच्या हातात मोठे तिरंगी ध्वज असतात, तर पलीकडे तुरळक पाकिस्तानी नागरिकांची गर्दी! त्यांच्या हातात-पाकिस्तानचे हिरवे झेंडे. दोन्हीकडे झेंड्यांची फडफड सुरू! भारतीय लष्कराची नम्रता वाखाणण्यासारखी. वृद्ध स्त्री-पुरुषांना अगदी गेट जवळ नेत. अपंगांना खुर्ची बसायला देत. राष्ट्रप्रेम दोन्हीकडे उत्स्फूर्तपणे ओसंडत होते. 'वंदे मातरम्!', 'हिंदुस्थान जिंदाबाद' या घोषणा आकाशाला भिडत होत्या. पलीकडे 'पाकिस्तान जिंदाबाद' हा जयघोष सुरू होता. संध्याकाळी साडेसहाला भारतीय हद्दीतून बिगुल वाजला. ५ सेरोमोनिअल जवान 'खाड्! खाड्!' बूट वाजवत गेटपाशी जात होते. पलीकडून काळपट-हिरवट ड्रेसातील पाकिस्तानी सैनिकही 'थाड्! थाड्!' आवाज करीत लष्करी वेशात पुढे येत होते.

प्रत्येक देशातील सैनिकांची चाल रुबाबदार होती. पोटऱ्यापासूनचा पाय सरळ मस्तकाला लावण्याचे कौशल्य दोन्हींकडे होते. सूर्यास्त होताच भारताचा तिरंगा आणि पाकिस्तानचा हिरवा तारा क्रॉस चिन्हाने खाली उतरत होता. नकळत नागरिक उभे राहून आपल्या राष्ट्रध्वजाला सलामी देत होते. 'भारत माता की जय', 'हिंदुस्तान जिंदाबाद', 'वंदे मातरम' हे स्वर कोणाच्या हुकूमावरून नव्हते, तर राष्ट्रप्रेमातून ओठी येत होते. ना कोणत्या संघटनेचा आदेश, ना सरकारचा हुकूम... यामागे प्रत्येक नागरिकाची आपल्या राष्ट्राबद्दलची उत्स्फूर्त भावना होती. भारतीय लष्कराला मानवंदना होती. भारतीय लष्कराची वाघा बॉर्डरवरील सैनिकसंख्या, त्यांची *शिस्त, नम्रता पाहताना हुंदक्यांतून आवाज आला.*

'छातीचे ते वीर खरोखर होते नाना जातीचे
जातीचे ते लढवय्ये परि दुसरी त्यांना जात नसे ।
देशासाठी मरणाऱ्या, हाताचा झेंडा न सोडणाऱ्या ।
जवान अधिकाऱ्यांना भेटून सांगितले केवळ
तुमच्यामुळेच स्वातंत्र्य अनुभवत आहोत.'

सलाम मालिक सलाम । पुरुषोत्तमाचा लवून प्रणाम ।। सलाम मालिक, सलाम । आपण नाही आज गुलाम । सैनिका, तुला सलाम!

●

२४.

भूमीवरचा स्वर्ग

भारताच्या इतिहासात जहाँगीरची मोठी देणगी काय असेल, तर काश्मीर!

'*गर फिरदौस बररू ए जमिनस्त ।*
हमिन अस्तो!
हमिन अस्तो! हमिन अस्तो!'

—या भूमीवर जर स्वर्ग कुठे असेल? तर, तो इथेच आहे! इथेच आहे! इथेच आहे!

जहाँगीर बादशहाने म्हटल्याप्रमाणे निसर्गाचा वरदहस्त लाभलेल्या या स्वर्गभूमीची ओढ भटकणाऱ्यांच्या मनात कायम घर करून राहते. चिनाब, झेलम, सिंधू नदीच्या दऱ्यांतून ८ हजार फूट उंचीवरच्या प्रदेशात आपला प्रवेश सुरू होतो. ओक, देवदार, चीड, चिनार वृक्षाच्या घनदाट राया ओलांडून चिनाब, झेलमच्या किनाऱ्याने आपण जातो. तब्बल १४ ते १५ हजार फूट उंचीची रुपेरी पर्वतशिखरे आपल्याला खुणवायला लागतात. डोंगर-दऱ्या-वृक्षांनी भरलेली... डोळ्यांत औत्सुक्य, मनात बर्फात खेळण्याची हुरहुरी, जिभेवर काश्मिरी काहावाची लज्जत... यामुळे नकळत एखाद्या लोहचुंबकाप्रमाणे आपण आकर्षिले जातो. पाम्पापूरची केशराची शेते आपल्याला खुणावीत असतात.

काश्मीरमधल्या या स्वप्नसृष्टीला आज तडे गेले आहेत. कपट-कारस्थानाने राज्य पोखरून निघाले आहे. परस्पर-अविश्वासाने, सत्ताभिलाषेने महत्त्वाकांक्षी दरबाऱ्यांना पछाडलेले

आहे. गेली २० वर्षे जेवढी काश्मिरी जनता तेवढेच लष्कर, असे काश्मीर खोऱ्यात असतानाही पर्यटकांचा सळसळणारा उत्साह अखंडित आहे. पर्यटक कुटुंबांच्या झुंडीच्या झुंडी आपल्या मुलाबाळांसह काश्मीरच्या दऱ्याखोऱ्यांतून भटकत आहेत. पहेलगामला जातानाच काश्मिरी कवयित्री हब्बा खातून हिची आठवण झाली. हब्बा खातून म्हणाली होती—

तजि फुले अन्दवनन
कनन गई न म्योन

पटनी टॉपला मध्यावर आलो. थंड हवेच्या झुळका सुरू झाल्या. पटनी टॉपवरून जम्मूची दरी उलगडत जात होती, तर दुसरीकडे काश्मीरची हिरवी दरी पटनी टॉपवरून काश्मीरच्या सौंदर्याचे दर्शन घडवीत होती. पटनी टॉप हे निसर्गरम्य ठिकाण काश्मीरच्या उजव्या आणि डाव्या बाजूच्या रमणीयतेचे एक शुभचिन्ह! जवाहर टनेलमधून काश्मीर खोऱ्यात पहेलगामला प्रवेश केला. पहेलगामला पोहोचताच टूर मॅनेजरने एका हॉटेलचे उद्घाटन करण्यास सांगितले. हॉटेलचे नाव अकबर! अकबर सेक्युलरवादी! राष्ट्रसेवा दल आणि समाजवादी पक्ष, हमीद दलवाईंमुळे मी थोडासा धर्मातीत! काश्मीर व्हॅलीतील पहेलगालमच्या अकबर हॉटेलचे उद्घाटन साताऱ्याच्या ज्येष्ठ नागरिक संघाच्या अध्यक्षाच्या हस्ते व्हावे, हा योगायोग!

घोड्यावरून रपेट

सुप्रभाती घोडी हजर! काश्मीरमध्ये घोडा हा जीवनदायी प्राणी आहे. घोड्यावर अकबराच्या थाटात स्वार झालो. घोड्याच्या टापा, टप्-टप् वाजत होत्या. लुपिड बगीच्यापाशी आलो. सर्वत्र लुसलुशीत हिरवे लॉन अन् फुलांची मांदियाळी! रस्त्याच्या कडकडेला आक्रोडाची नुकतीच फुललेली हिरवी पानं. समोर शासकीय विश्रामगृह. घोडेवाला म्हणाला, ''हे बॉबी हाऊस आहे. बॉबी सिनेमाचे शूटिंग येथे झाले.'' मी तरुण प्राध्यापक होतो, त्या काळात माझ्या हिंदीच्या विद्यार्थी-विद्यार्थिनींना घेऊन बॉबी सिनेमा पाहिला होता. खऱ्या प्राध्यापकाला 'टीन एजर्स'च्या भावनांची ओळख असलीच पाहिजे. मी ७२ वर्षांचा झालो, तरी मनाने बॉबीच्या वयातच होतो. पर्यटकांना येथे प्रवेश नाही. परंतु 'इश्कने हमे निकम्मा कर दिया' वॉचमनशी फंदफितुरी करून राज कपूरच्या थाटात डोळे मिचकावत आत प्रवेश केला. माझे बॉबी सिनेमावरचे प्रेम त्याला बावनकशी वाटले. चाव्या फिरल्या. त्या वॉचमनने, 'हम तुम एक कमरे में बंद हो, और चाबी खो जाए' याची पूर्ण अनुभूती दिली. म्हाताऱ्या वॉचमनने डिंपल कुठे बसली, ऋषी कपूर कसा ओणवा झाला याचे

प्रात्यक्षिकच दाखवले. तो त्या खोलीचा फोटो मात्र मला काढू देईना. बाहेर आल्यावर ज्या खुर्चीत डिंपल कापडिया आणि ऋषी कपूर बसले होते, त्या खुर्चीवर मला बसवून त्याने माझी छबी खेचली. म्हातारपणीही तोही तरुण झाला आणि मी पण 'बॉबी'त हरवलो.

घोडा गोल्फ पार्ककडे वळला. कॅमेरा खिशातून पडला. मी पुढे गेलो. गोल्फ पार्क ही इंग्रजांची सर्व थंड हवेच्या ठिकाणची स्मारके आहेत. हॉटेलशी येतानाच दुसरा घोडेवाला आला व म्हणाला, ''साहब, ये आपका कॅमेरा गिरा था, ले लो.'' बक्षिसी नाकारली त्याचा काश्मिरी प्रामाणिकपणा हृदयात रुतून बसला.

बर्फाची रंगपंचमी

पहेलगामजवळ जीपने चंदनवाडीला गेलो. चंदनवाडी बर्फाचे आगर! स्लेझिंग, बर्फावरच्या असंख्य खेळांचे प्रकार, परस्परांच्या अंगावर बर्फाची रंगपंचमी करताना हास्याचे धबधबे, मिस्कीलपणा उफाळून येतो. थंड पडलेले शृंगारी जीवन गरम होते. स्वेटरमधूनही रक्त उसळू लागते. थंड वातावरणात शृंगार हा वेगळ्या पद्धतीने साकारला जातो. तुमची थोराड पत्नीही 'कश्मीरकी कली' बनून नकळत ओठांन ओठ भिडवते. बघता-बघता ऋषी कपूरसारखे ओठ लालचुटुक होतात.

पहेलगामजवळची नदीच्या काठाने जाणारी 'आरू व्हॅली' म्हणजे निसर्गाचा खजिना! बर्फातल्या वाघांची वस्ती! अंधारात एक अस्वस्थता, परंतु झाडांनी भरलेली ही व्हॅली आसमंतात हिरवी जादू निर्माण करते. पक्ष्यांच्या मंजुळ किलबिलाटाने हृदय फुलून जाते. शम्मी कपूर व आशा पारेखच्या थाटात 'तुमसा नहीं देखा' हे गाणे आपण गुणगुणू लागतो. निळ्या आकाशाच्या छायेखाली सारे भान हरपते. आपले सोनेरी दिवस जागू लागतात.

श्रीनगरपेक्षाही तुम्हाला निसर्गाचा खरा आस्वाद घ्यायचा असेल, तर पहेलगामच्या एकांतात राहा. पहेलगामचा निसर्ग पाहताना मला त्याचे सारे सार हब्बा खातूनच्या कवितेतच सांगता येईल. सैनिकांच्या घरातील निसर्ग पाहताना मनात घुसमट होते. ती जणू हब्बा खातूनसारखी होती.

'दूर वनात हसत आहेत फुले,
पण तुम्ही त्यांचे हास्य ऐकू शकला नाही.
माझ्या या रुदनाला अन् माझ्या या दाहाला,
नाथ, तुम्ही कधी पाहू शकला नाही.
आज प्रिय मधुमास आला आहे
उल्हास सगळीकडे भरला आहे

पण नाथ, तुम्ही तो पाहिलाच नाही
विरहदग्ध पुन्हा झाले आहे हे हृदय,
प्रेमाची तृष्णा तो घेऊन आला आहे
निसर्गाचे हे सुंदर रूप...
पहायला चला पर्वतावर जाऊ
नद्या-नाले सारे आज हसताहेत
पण मी रडत आहे
फुले वनात हसत आहेत.
पण हे माझे रुदन तुम्हाला तर ऐकूही येत नाही.'
—हब्बा खातून.

२५.
सरोवरांचे शहर - श्रीनगर!

जम्मू-काश्मीरची राजधानी श्रीनगर हे सरोवरांचे शहर आहे. श्रीनगरच्या टेकड्या उतरत आलो की, खाली दऱ्या-खोऱ्यांत दूरवर पसरलेली छोटी-छोटी असंख्य सरोवरं! स्वच्छ सूर्यप्रकाशात ती अशी चमचमत होती की, जणू आरसपानी बिलोर विखुरले आहेत, असे वाटावे! हिरव्यागार टेकड्या, राखाडी बर्फाच्छादित गिरिशिखरांमुळे अस्पष्ट रेषा हवेत उमटत जाते. दल सरोवर, नगिना लेक येथे झेलम नदी विभाजित होते. दल सरोवरातल्या हाऊसबोटी सरोवरातल्या पाण्याशी इतक्या बेमालूम मिसळून जातात की, पाण्यातूनच त्या उगवल्यासारखा वाटतात! 'बेंडामिस' या हाऊसबोटीवर आमचे चंबूगबाळे घेऊन शिकाऱ्यातून मार्गस्थ झालो. अगदी पाण्याच्या आखीव-रेखीव पाणरस्त्यावरून शिकाऱ्याची छप् छप् ही वल्ह्याची भाषा घडघड वाचता येत होती. सरोवराच्या पाण्यालाही माणसांनी गर्दीने झाकून टाकले होते.

श्रीनगरमध्ये तर जवळजवळ सर्व लेकमध्ये मिळून १० हजार हाऊसबोटी आहेत. आता हाऊसबोटींना बंदी आहे. देवदाराच्या लाकडापासून बनविलेल्या 'हाऊसबोटी' म्हणजे जलमहालच. या हाऊसबोटीवर मधल्या जागेत गुलाबाची तजेलदार फुलं... पाण्यावरही हिरवळीची नजाकत... गुलाबाचे सौंदर्य सहस्र अंगांनी फुलले होते. माझ्या डोळ्यांसमोर माझी विद्यार्थि दशा आली. माझ्या अन्नदात्री बाई म्हणाल्या, 'पंडित नेहरू म्हणजे काश्मिरी गुलाब!' मी ज्या हाऊसबोटीत राहिलो तेथे

गुलाबी, शेंदरी, पांढरे गुलाब परस्परांशी इतके एकरूप होऊन गेले होते की, नकळत आपल्या गालावर हा गुलाबी रंग चढत होता.

या हाऊसबोटीतला दिवाणखाना झुंबरांनी उजळून निघालेला होता. त्यावरील नक्षीकाम तर अप्रतिम होतेच; पण चंदनाचा लेपही होता. प्रत्येक हाऊसबोटीत चार ते पाच खोल्या असतात. पण ओलसरपणा नसतो. काश्मिरी मऊशार गालिचे पायघड्यांसारखे पसरलेले. या हाऊसबोटीत आपले रोजचे दु:ख, मनात साचलेले पाणी विरून जायचे. शेवाळी वास असूनही नकळत आपण सरोवराच्या सहवासात चोच वासून गरगरणाऱ्या डोळ्यांनी हाऊसबोटींची गर्दी मजेने चाखतो. रसरसलेल्या जीवनेच्छेने सुख भोगतो. नकळत खूप शांत वाटायला लागतं. प्रेम, माया, वात्सल्य सर्व मस्तीत येते. जणू काही आपण नव्याने जन्म घेतो आणि आपल्या जगण्याला सरोवराच्या काठी नवा अर्थ येतो.

माणसांनी फुललेले पार्क

हाऊसबोटीतून — शिकाऱ्यातून बाहेर पडतो आणि लक्षात येते, कोणत्याही शिकाऱ्याचे नाव भारतीय नाही. श्रीनगरमधील १७८४ मीटर उंचीवर वसलेल्या सरोवरातल्या हाऊसबोटीचे नाव 'बेडामीर', स्वित्झर्लंड हाऊस, लंडन हाऊस, कोलंबो हाऊस— भारताच्या एकाही शहराचे अगर नदीचे, लोकदेवतेचे नाव नाही. गोऱ्या कातडीच्या लोकांना आकर्षित करण्यासाठी सर्व हाऊसबोटींची नावे ही युरोपशी जोडलेली! काश्मीर आपल्यापासून अलिप्त का, हे हाऊसबोटींमुळे समजते.

शिकाऱ्यांमधून भटकंती सुरू झाली. ही भटकंती नेहरू पार्कजवळ आली. या ठिकाणी वॉटर गेमची सोय आहे. दल सरोवर ८ किलोमीटर लांब आणि ४ मीटर रुंदीचे आहे. नगिनी सरोवरात जलक्रीडा, पाण्यावरील रायडिंग करता येते. संध्याकाळी नेहरू पार्क माणसांनी फुलले होते. सारा भारत तेथे भेटत होता. बंगालीपासून गुजराती ते मराठी उच्चारापर्यंत भाषेची छन्‌छन् सुरू होती.

आम्ही पुन्हा रात्रीच्या गर्भात श्रीनगर उजळत असताना रात्रभर फिरत राहिलो. हाऊसबोटीवर दुकानांची गर्दी! श्रीनगरच्या रस्त्यावरील विजेरी खांब दल सरोवरात प्रकाशाची धूसर स्वप्ने पाहत होते. रात्र असूनही काळाशार थंड काळोख कोठे दिसतच नव्हता. रात्र असूनही लख्ख दिसत होतं. दल सरोवराचे पाणी अतीव मायेने विरघळून टाकत होते. डोळ्यांत आसक्तीची झाडं उगवत होती. शिकाऱ्यात बसलेल्या स्त्रियांच्या कुशीत शिरून वारा दंगा-मस्ती करून त्यांचे पदर उडवत होता. मुठीएवढे निळे गोरे पक्षी... नकळत त्या दृश्याने सुरकुतलेल्या चेहऱ्यावरही

तारुण्याचा वणवा पेटवताना दिसत होता. हिरवे अंकुर फुटून तापली माती शरीरावर नकळत पाण्याची बरसात करते. 'हवा में उडता जायें, मेरा लाल दुपट्टा'... 'बरसात में हमसे मिले तुम, तुमसे मिले हम'... असंख्य शिकाऱ्यांतील हे मानवी सौंदर्य कोरीव, कातीव चेहऱ्याला जाळत राहते. तारुण्यातल्या आठवणी नकळत आपल्याला कवटाळून टाकतात. दांपत्य जीवनातले मधुबनी प्रसंग पुसट आठवतात. आपण नकळत त्या आठवणींनी हळवे होतो. दल सरोवरात आपले सुख पुन्हा ओले-कोवळे होते. आपल्या जीवनाला नवा अर्थ मिळतो.

काश्मीरला दल सरोवरला, नगिना लेकला उतारवयात, तरुण वयात भटका. शिकाऱ्यात एकमेकांना बिलगून बसलेली जोडपी पाहताना मला वाटले— दल लेकमधील शिकार सफर म्हणजे,

'माझ्या आयुष्याचे जगण्याचे
गळून गेलेले, हरवलेले,
हिरावले गेलेले, राहून गेलेले सारे तुकडे
आणलेस तू गोळा करून
माझ्या पूर्वायुष्यातून
आणि दिलेस मला ते
सप्रेम भेट
अर्थपूर्णतेच्या रंगगंधांत बुडवून
प्रकटलास माझ्या दारात
सुवर्णचाफा होऊन
केवढे देखणे वाटू लागलेय ते आता!'

दल सरोवराच्या काठीच काश्मिरी संस्कृती रुजली, वाढली. सप्टेंबरपर्यंत दल सरोवर बहरते. नोव्हेंबरपासून झाडा-झुडपांचा पाचोळा होतो. बर्फिले वारे घोंगावत येतात. कडाक्याची थंडी सुरू होते. वळचणीची 'कांगडी' बाहेर येते. गोठलेल्या बर्फावर क्रिकेट सुरू होते. पोटापाण्याची गुजराण थांबते. दल सरोवरातील बर्फाच्या प्रचंड ढिगाऱ्यात सहा महिने कमावलेल्या संचितावर गुजराण करायची, हाच काश्मिरी जीवनाचा खाक्या! मी तर वसंत ऋतूत गेलो होतो. रोडावलेले नदी-नाले मुक्त झाले होते.

केशरासारखी भाषा

शिकारा आणि हाऊसबोटीतील व्यापार हा काश्मिरी चिकाटीचा नमुना होता. तुमच्या हाऊसबोटीवर रात्री ९ ला धिप्पाड काश्मिरी माणूस केशर घेऊन

हजर! शालवाला दिलखुलास हसून 'बहेनजी' म्हणत बहेनजींच्या नवऱ्याचा खिसा कातरायचा! केशरवाला सुगंधाचा सडा शिंपडायचा. काश्मिरी भरतकाम, कटवर्कच्या साड्यांचा खजिना मोकळा करायचा. मिस्किल नजरेने या बाजाराच्या भूलभुलय्यात हाऊसबोटीत बसलेल्या स्त्रिया हरवून जायच्या. काश्मिरी सेल्समन सराईतपणे 'बहेनजी— बहेनजी' म्हणत आपल्या तात्पुरत्या मानलेल्या जावयाला लुटून जायचा. लुटणाऱ्याला थांगपत्ताही लागायचा नाही! काश्मिरी माणसाचे अगत्य, त्याची शेरोशायरी उत्सुकतेने ऐकताना हास्याचा कल्लोळ उठायचा. भाईसाहेबांची तबियत खूश व्हायची. हसून-हसून बेजार झालेला भाईसाहेब डोळे मिचकावीत पाकीट खुले करायचा. शॉपिंग हा स्त्रियांचा मॅनिया आहे. शृंगाराचा नखरा शॉपिंगने अधिक वाढतो. होडक्यातील या शॉपिंगच्या दुकानदारीत आपला खाना-खजाना खाली होत जातो. हाऊसबोटीचा मालक आणि हा शॉपिंगवाला यांची मिलीभगत थंड हवेत काश्मिरी काहावा पाजत चलाखीने तुम्हाला या दुकानांच्या दुनियेत दल सरोवरातील दलदल एक्स्प्रेसमध्ये घुसखोरी करून तुमच्या परकेपणाच्या भिंती धडाधड कोसळून टाकतात. काश्मिरी सेल्समन भाषाप्रभू. बंगाली, मराठी, गुजराती नेमके शब्द वापरणार. शब्दांचे बारकावे त्यांना समजायचे. यामुळे माणसं नकळत वितळत. बाजारहाट आणि बायकांचा जाचहाट तरंगत आपले सावज स्वतःहून हेरून देई. दल सरोवर म्हणजे आरसपानी आरसा, परंतु व्यापाराचा जादूई महाल!

●

२६.
मोगलांची देणगी - मोगल गार्डन

श्रीनगर हे बगीच्यांचेही शहर आहे. श्रीनगरपासून ८ किलोमीटरवर चष्मेशाही उद्यान आहे— रंगीबेरंगी फुलांनी बहरलेले! वाहते पाणी! पहाऱ्यावरचा जवानही म्हणायचा, पंडित नेहरू इथले पाणी पीत! मर्दन खाँ ने हा बगीचा १६३२ मध्ये बनविला. गोमुखातून पडणारे थंडगार पाणी उन्हाला हटवत होते. काश्मीरमध्ये चिनार वृक्ष पवित्र मानला जातो. त्याची सावली बारमाही असते. काश्मिरी माणूस चिनार वृक्षाला कधी तोडत नाही, त्याला जीव लावून जपतात. म्हणून तर 'हे चिंचेचे झाड दिसे मज चिनार वृक्षापरी' असे आपण गुणगुणतो. येथील वेली- फुलांनी फुलून येतात. वाऱ्याच्या ओठावर गाणे जुळून येते. निळे आकाश चिनार वृक्षावर झुकून येते. चष्मेशाही उद्यानात आपली खुशी मोहरून येते.

रोज हे उद्यान नव्या उत्सवाला सामोरे जाते. पाण्याचा तीन टप्प्यांतला प्रवाह पर्यटकाला जगण्याचा नवा अर्थ देतो. डोळे मिटून आपण न्हाऊन जातो. येथे आर्जव नाही. निसर्गाची गूढ हाक नकळत येते. भाषा मावळते. मिठीत माणसे सैलावतात.

मधुर सुरात, हिरव्या झाडांच्या संगतीत, मऊशार हिरवळीच्या साजसौंदर्याने बहरून जातात. झाडांच्या आणि सुरांच्या सोबतीत पर्यटक आपले मुंबईपण, पुणेरीपण विसरून जातात.

सोनचाफ्याचे सौंदर्य
एका चिनाराच्या झाडाखाली काश्मिरी तरुणींचा जथा

बसला होता. गौर कांती, उंचीपुरी शरीराची धाटणी, डोळ्यांत तेज आणि ओठांवर मुक्त हास्य... भिरभिरणारी फुलपाखरेच! चेहऱ्यावर ना बुरखा! आपल्या दिलखेचक सौंदर्याने त्या बागेत त्या मुली एखाद्या जळणाऱ्या दिव्याप्रमाणे प्रकाशित दिसत होत्या. माझा धाडसी स्वभाव जागृत झाला. मनातले पाखरू जागे झाले. पत्नीसहित मी वेड्यापिशा मनाने त्यांच्याजवळ गेलो. सोनसळी किरणासारख्या दिसणाऱ्या त्या मृगनयनीला विचारले, ''फोटो खिंचू क्या?'' त्यांनी प्रश्नांकित चेहऱ्याने माझ्याकडे पाहिले. मला वाटले, 'जुते दे दनादन' अशी अवस्था होईल. त्या मुली म्हणाल्या, ''अंकल फोटो जरूर खींचो आप, इस में बुरखा चलता है । काश्मीर के बारे में कुछ गलतफैमियां है । हम फोटो सें लोगो को समझा सकते है — काश्मीरमें खुलापन है ।''

त्या सोनपऱ्या हसल्या. त्या हसऱ्या फुलांनी मला पोझेस दिल्या. माझ्या पत्नीला मध्यभागी घेतले आणि त्यांच्या लाजलेल्या सुगंधात आदबशीर शब्दांत माझे ओठ ओलावले. धुंद वाऱ्यात, फुलांच्या स्वप्नात या परक्या पोरींनी माणुसकीचा पुरावा दिला. फोटो संपताच या मुलींनी चहा-पावाची डिश समोर केली. चार काश्मिरी गाणी म्हटली. त्यांच्या सुरांना चांदण्यांचं अंग होतं. माझी जिद्द त्यांच्या पावलांना झरे देऊन गेली. मी मात्र मनात म्हणालो, 'या गोऱ्यापान काश्मिरी पोरी म्हणजे फुलांची अक्षरे आहेत!' आतूनच ती फुलारून आली होती. या मुली अंदाजे १७ वर्षांच्या होत्या. त्यांना पाहताना माझा मंगेश पाडगावकर झाला.

'ओतिले सर्वस्व हे सौंदर्य झाले,
मूर्ति म्हणजे पत्थराचा एक तुकडा
पाखरु खेळे निळा वाऱ्यात झिम्मा,
पंख म्हणजे या नभाचा एक तुकडा,
नाचताना मोर व्हावा स्तब्ध तैसा.'

निशात आणि चष्मेशाही

काश्मीरमध्ये दल सरोवराजवळ मोगलांनी ७०० उद्याने बनविली होती. चष्मेशाही उद्यानापासून नूरजहाँचा भाऊ असब खाँने बनवलेले 'निशात बाग' उद्यान सर्वांत देखणे उद्यान आहे. मधे झरा, फुलांच्या ओळी, फळे देणारे वृक्ष... हे सर्व पाहताना भर उन्हाळ्यात पाऊलखुणा चंदनी होऊन जातात. चिनाराच्या, चीडच्या, देवदाराच्या सहवासात आपलं मन पाम्पापूरच्या केशराच्या शेतासारखं होऊन जातं. कवी ना. धों. महानोरांच्या शब्दांत सांगायचे तर, भर उन्हाळ्यात रातझडीच्या पावसाचा अनुभव येतो. रंगीबेरंगी फुले पाहताना—

'फुलात न्हाली पहाट आली, क्षितिजावरती चंद्र झुले
नभात भिजल्या केशरियाचे रंग फुलांवर ओघळले
रंग फुलांवर ओघळताना असे जुईला लदबदले
गालावरचे निळे गोंदणे पदराभोवती घुटमळले.'

निशात बागेपासून शालिमार उद्यानाची हाक ऐकू येते. नूरजहाँ आणि जहाँगीर ही भारतीय प्रणयाची प्रतीके! विलास करावा तो मोंगलांनीच. जहाँगीरने सुंदर कारंजी, फळांचे वृक्ष, सुगंधित पुष्पे, सुंदर बारादरी आणि संगमरवराची भिंत उभी केली आहे. प्रत्येक बगीचा वेगळा, प्रत्येक बगीच्याची अनुभूती वेगळी! आज जहाँगीर आणि नूरजहाँ हयात नाहीत; पण त्यांच्या नाजूक प्रणयाच्या कळ्या निशात बागेत खुलतात. नूरजहाँची हनुवटी पकडून जहाँगीर तिला सांगत असावा—

'तुझ्याचसाठी निळे चांदणे भुलून येते,
तुझ्यासाठी वेल फुलांनी फुलून येते
एक इशारा नजरेचा हा तुझ्या पुरेसा,
वाऱ्याच्या ओठांवर गाणे जुळून येते,
तू जेव्हा प्रतिबिंब आपले तळ्यात बघसी,
टपोर कमलांनी हे पाणी खुलून येते!'

काश्मीरचे वैभव

नूरजहाँ-जहाँगीर, हीर-रांझा, बाजीराव-मस्तानी, लैला-मजनू ही प्रेमाची भारतीय मिथके अशा उद्यानातच निसर्गाच्या एकांतात बहरली असतील. त्यांच्या प्रेमाचा इतिहासही पुसता येणार नाही. झेलमकाठचे मोगल बगीचे म्हणजे काळाच्या गालावर पडलेले न पुसणारे हिरवे अश्रू. आज पर्यटकांमुळे जरी या उद्यानांचा आत्मा बेजार झाला असला, तरी काही क्रौंचांना घायाळ करण्याचे सामर्थ्य काश्मिरी बगीच्यात आहे. हे बगीचे म्हणजे निसर्गाच्या गझला आहेत. गोंगाट असला तरी येथे झुकलेला वारा मेलेला नसतो. या बागा हव्याहव्याशा वाटतात. कंथावलेले मन येथे स्वर्गाचा आभास घेते. तरुण जोडपी एकमेकांच्या हातात हात घालून मोगल उद्यानात, 'मी तुझी राधा प्रिया, तू साजण माझा श्याम रे,' अशा थाटात लाजरे-बुजरे होत, हसणं उधळून देतात. पाण्याच्या झुळझुळण्यावर, 'झुळझुळत्या आपल्या ऐटबाज पोशाखावर निळं आभाळ झेलतात. काश्मीरची मोगल उद्याने म्हणजे —

'फुलणं हेच जेव्हा असतं प्रेमात पडणं,
फुलाला काट्यांवरून चालता येतं!

हिरवंगार कुरण असतं आपलं असणं,
वाऱ्याचं बोट धरून धावू लागावं!'

मोगल गार्डन म्हणजे काश्मीरचे वैभव! काश्मीरला जातो म्हणजे या बगीच्यांसाठी जातो. काश्मीरला स्वर्गाचे रूप या बगीच्यांनी दिले. काश्मीरमध्ये पूर्ण एक दिवस फक्त बगीचेच पाहा. शालिमार, निशांत, चष्मेशाही आणि ट्युलिप गार्डन पाहताना आपण आपले अस्तित्वच विसरतो. झाडेच शब्दगाथा होतात. रंगीबेरंगी फुलं, झरे आपली अवस्था अशी करतात—

'बाग हासे अंकुरातून चंद्रलेणे सांडले,
अन् कुणाचे पाहताना भागले ते डोळुले
लाख प्राणांची रिणई बोलता ओथंबली
एक भाळी शब्दगाथा निसर्गाने व्यापली
झेलताना दान ऐसे नम्र झाल्या ओंजळी
मृत्तिकेच्या चंदनाची रेघ भाळी वंदिली!'

●

२७.

श्रीनगरची क्षणचित्रे

श्रीनगर हे केंद्रवर्ती शहर. जगद्गुरू शंकराचार्य हे भारतीय हिंदुत्वाचे जाज्वल्य प्रतीक! हिंदूंची अस्मिता शंकराचार्य या व्यक्तीतच सामावली आहे. आपल्या ३२ वर्षांच्या हयातीत या धर्माचार्यांनी केदारनाथ, बद्रीकेदार, शृंगेरी, द्वारका, जगन्नाथपुरी येथे पीठे स्थापन करून 'अद्वैताच्या' सिद्धांताचा प्रसार केला.

शंकराचार्यांनी श्रीनगरजवळच ३०५ मीटर उंचीवर ज्ञानसाधना केली. आज हे स्थान बौद्ध धर्मीयांना वंदनीय आहे, तर तख्ते सुलेमान असे संबोधून इस्लाम धर्मीयही नमाज पडतात. इसवी सनापूर्वी २६२९ मध्ये बांधलेल्या या शिवमंदिराला हिंदू प्रदक्षिणा घालून 'शंभो' म्हणतात. माझ्यासारखा हृदयरोगी केवळ श्रद्धेमुळेच ३०० पायऱ्या सहज चढून गेला. आज ही टेकडी लष्कराच्या ताब्यात आहे. शेकडो तपासण्या करीत भक्त मंदिरापर्यंत जातो. मंदिराचा पुजारीही लष्कराने नियुक्त केलेला आहे. संध्याकाळी पाच वाजेपर्यंतच तुम्हाला दर्शन घेता येते. त्यानंतर टेकडीवर लष्करी जवान आणि वाहने याशिवाय कोणालाही प्रवेश दिला जात नाही.

शंकराचार्य टेकडीवरून सारे श्रीनगर दिसते. श्रीनगर शहराचे वैशिष्ट्य म्हणजे येथे एकही फ्लॅटवजा इमारत अगर टाऊनशिप नाही. दोन मजली बैठी घरे! एखाद्या लहान मुलाच्या किल्ल्यासारखे शहर वाटते.

शंकराचार्य टेकडी उतरताना अंधारून येते. समोरच्या हरी पर्वतावरील राजा करणसिंहाच्या वाड्यातील निळे दिवे

उजळू लागतात. ते निळे दिवे संपूर्ण शहराला शोभा आणतात. अंधारात उषेचे रंग आकाशात उसळावेत तशी करणसिंहांची हवेली आहे. मावळत्या संध्येची सुरंगी आभाच. कुंद रात्री तर नव्या चंद्राचा भास होतो. हाऊसबोटींच्या अघोळीपगोळीत करणसिंहांची ही रजपूत चित्रामधली अरळतरळ रागिणी उठून दिसते. संध्याकाळीच हरी पर्वतावरील करणसिंहाच्या हवेलीचा थाट प्रकाशाच्या अंकुरासारखा असतो.

श्रीनगर शहरात फिरताना टुरिस्ट कंपन्या भीती घालतात. चौकाचौकांत स्टेनगन घेतलेले सैनिक पाहिल्यावर आपले हृदयसुद्धा सशाचे होते. परंतु राष्ट्र सेवा दलाच्या संस्कारांत वाढल्यामुळे 'ब्रीद तुझे विस्मरूनिया चालणार नाही, सैनिका तव पुढेच जायचे न मागुती तुवा कधी फिरायचे' या संस्कारांमुळे जामा मशिदीत गेलो. सुलतान कुतुबुद्दिनाने बनविलेली 'शाह हमादान' ही मशीद पाहिली. लाल चौकाची भीती बागुलबुवासारखी असल्याचे लोक सांगतात. मी तर रात्री आठ वाजता पत्नीला घेऊन लाल चौकाच्या बाजारात अंधारात भटकलो. एक रणगाडा लाल चौकाच्या मध्यभागी उभा होता. रविवारी श्रीनगरची दुकाने बंद असतात. त्या अंधारातून एक दुकान खुले होते. मी आत घुसताच मिठास वाणीने अणि चहाने माझे स्वागत त्या मुसलमान दुकानदाराने केले. साड्यांचा ढिगारा पत्नीसमोर फेकला. शालींच्या थप्प्या दाखविल्या. मी हिंदू, तो मुसलमान; पण त्याच्या चेहऱ्यावर ना राग, ना द्वेष! माझ्या चेहऱ्यावर निर्भयतेची प्रसन्नता! आज काश्मीरमध्ये प्रत्येक दुकानदार म्हणतो, "आम्ही वीस वर्षे मागे गेलो. पर्यटकांवरच आमची रोजी-रोटी अवलंबून आहे. पर्यटक हीच आमची देवता!" काश्मिरी मुसलमानांत सुन्नी, शिया, वहाबी आणि गुजर धनगर या जाती आहेत. त्यांना स्वतंत्र अस्तित्व आहे. परंतु पाकिस्तानबद्दल भारताइतकाच तिरस्कार त्यांच्या मनोमनी आहे. ज्या क्षणी भारतीय लष्कर हलेल, त्या क्षणी पंजाबी मुसलमान काश्मीरचा घास घेतील, ही भीतीही त्यांच्या हृदयात आहे.

काश्मिरी स्त्रिया

भारतातल्या प्रत्येक स्त्रीप्रमाणे काश्मिरी स्त्रियांनाही प्रचंड कष्ट करावे लागतात. शेतात त्याच राबणार! बैल घेऊन शेती नांगणार! चीडच्या झाडावर चढून भरगच्च भरदार जंगलातून लाकडाच्या मोळ्या त्याच आणणार! सुदैव एवढेच — बुरखा नाही. त्या लालचुटुक ओठांच्या हिमपऱ्या चीडच्या फांद्या तोडून घरच्या माणसाचे जेवण शिजवणार. चिनार सोडून माइदळ जातीच्या जेवढ्या झाडांच्या जाती आहेत, त्यांच्या फांद्या आणणार. हिवाळ्याच्या दिवसासाठी डहाळ्या-फांद्यांची साठवण करणार. दऱ्या तुडवत येत राहणार. बारमाही वाहणाऱ्या नद्यांतच कपडे धुणार. या

स्त्रियांचे वैशिष्ट्य म्हणजे त्यांचा सुशिक्षितपणा, साक्षरपणा! भारतातल्या कोणत्याही मुस्लिम स्त्रियांपेक्षा काश्मिरी स्त्रिया अधिक साक्षर आहेत. त्या अडाणी नाहीत. जरी तालिबानी ओढ असली तरी इथल पुरुष दाढ्या न वाढवता आपला गुलाबी चेहरा हसरा ठेवून, शेरोशायरी करत दारिद्र्यातही आपल्या चेहऱ्यावरचा आनंद टिकवून आहे. झाड त्यांना अतिशय प्रिय! काश्मीरचे बोडके डोंगर हे बर्फामुळे ग्लेशियर झालेले आहेत. तेथे झाडच काय, गवतही उगवणार नाही. काश्मिरी माणसाचे कष्ट, त्यांचे हसरे चेहरे तुमच्या अंत:करणापर्यंत 'और इन्सान जिंदा है' याची प्रचीती देणार.

घोडा

काश्मिरी माणसांच्या जीवनात घोड्याला अर्थशास्त्रीय स्थान आहे. पन्नास हजारांच्या खाली घोडा मिळत नाही. अमरनाथ यात्रेसाठी जम्मूहून पहेलगाम-सोनमर्गपर्यंत घोड्यांचे तांडे चालले होते. एकट्या वैष्णोदेवीला दहा हजार घोडे आहेत. पहेलगामला अगर सोनमर्गला तुम्ही उतरताच घोडेवाल्यांच्या घेरावात सापडता. घोड्याचे मालक वेगळे. बेकार पोरे-टोरे घोडे भाड्याने घेणार. त्यात हॉटेलवाल्यांचे कमिशन, दलालाचे कमिशन, यात्रा कंपनीच्या मॅनेजरची दलाली, घोड्याचे खाणे यातून जेमतेम रोज १०० रुपयांची कमाई होते. त्यावर घराची गुजराण! अमरनाथ यात्रेत घोड्याला पाच हजार रुपये घेतात. यात्रेला तीन दिवस लागतात. चढ चढायचा, घोड्यावर स्वार झालेल्या यात्रेकरूला सांभाळायचे. वैष्णोदेवीला तर १४ मैलांचा उंच डोंगरच आहे. या नंदनवनात सर्वांत शोषित घोडे आणि घोडेवाला असतो. दारिद्र्यातही त्यांची इमानदारी टिकून असते. माझा कॅमेरा खिशातून पडला, तो मागच्या घोडेवाल्याने मला परत केला. काश्मिरी घोडेवाल्यांचे विश्व एका दाहक विषमतेची जाणीव करून देते.

अवंतीपूरचे उद्ध्वस्त मंदिर कोणार्क-खुजराहोच्या जातीचे! अवंतीपूरला क्रिकेटच्या बॅटीचे शेकडो कारखाने! यांत्रिकांची झुंबड या बॅटीच्या कारखान्यावर उडत असते. एक बॅट बनविणे, हे किती कौशल्याचे काम आहे, हे कारखान्यात गेल्यावरच कळते.

शापित भूमी

आज तालिबानी प्रवृत्तीमुळे काश्मीरला धर्मांधाचा शाप आहे. निसर्गाने दिलेले वरदान लष्कराच्या कैदेत आहे. सर्वसामान्य काश्मिरी जनतेला कळून चुकले आहे की, धर्म पोट भरू शकत नाही. आता नव्याने धुमारे फुटू लागले आहेत.

काश्मिरी माणूस पोटासाठी इंच-इंच लढतो आहे. त्याचे म्हणणे — प्रसारमाध्यमांनी आम्हाला बदनाम केले. आम्हाला जरूर स्वायत्तता हवी. मराठी माणसाला जर त्याची अस्मिता प्रिय आहे, तर आम्ही आमच्या काश्मिरीयतेवर प्रेम का करू नये? काश्मीरही भारतीयांसारखेच आहे. आम्ही देश तोडायला बसलो नाही. बऱ्याच दिवसांनी काश्मीरमध्ये पर्यटकांच्या झुंडी येऊ लागल्या. धर्मांधतेतही या झुंडीमुळे प्रकाशाची पहाट उजळू लागली आहे. चेहरे सुखावले आहेत. परंतु लष्कराने मारलेल्या निरपराध्यांबद्दल मात्र त्यांच्या मनात सल आहे. 'आपही बता दो, बेबा के आँसू को कोई धर्म या जात होती है? बेबा के आँसूऽ आँसू ही होते है.'

•

२८.

हिम-क्रीडानगरी

काश्मीरमध्ये सोनमर्ग आणि गुलमर्ग न पाहता परत येणे म्हणजे प्रयागवाचून काशी करणे आहे. श्रीनगरपासून ८४ किलोमीटरवर २६६७ मीटर उंचीवर सिंधू नदीच्या किनारी सोनमर्ग वसलेले आहे. सोनमर्गला उतरलो आणि बर्फाचे वादळ सुरू झाले. बर्फाबरोबर धुळीचा प्रचंड पडदा हिमालयाच्या सोनशिखरांमध्ये उभा राहिला. बस उलटून पडावी, असा वाऱ्याचा, या बर्फाचा वेग होता. जवळ एकच हॉटेल— ते पण श्वास थांबावा इतक्या गर्दीने भरलेले. हिमालयीन हवा मोठी चावट आहे. फक्त २०-२५ मिनिटांत वादळ थांबते. झाकोळलेला सूर्य डोकावू लागतो. हे बघताच चेहऱ्यावर स्मितहास्य उमटले. असंख्य घोडे सेवेला हजर. तुफानी वादळाने क्षणाची विश्रांती घेतली. गुजराती महिला पर्यटक अगदी एका वर्षाच्या मुलाला माकडिणीसारखे पोटाला बांधून घोड्यावर स्वार झाल्या. हे बघताच मी घोडा पकडला. हत्ती टकरावा तशी हवा घोड्याला धडकू लागली. परंतु कुशल घोडेस्वरांनी जणू काही घडलंच नाही, अशा आविर्भावात बर्फाचा चुराडा करत, हिमनगाजवळ ४ किलोमीटरची तीन दऱ्यांची चढाई पार करत मला सिंधू नदीजवळ नेले.

सिंधू नदीजवळ बर्फाचे हिमनग होते. उंच सुळके बर्फाला घट्ट धरून होते. उन्हाळी हवेमुळे नदीचे पाणी झरझर वाढत होते. वितळलेले बर्फाचे तुकडे एकमेकांना मागे रेटत होते. या पार्श्वभूमीवर स्लेझ, स्केटिंग सुरू झाले. हसत-खेळत बर्फावर

बागडायला सुरुवात केली. स्केटिंगच्या काठीने बर्फावरून घसरत येत होतो. बर्फावरच्या स्लेझिंगच्या गाडीत गाडीवान मागे अगर पुढे बसून गाडी ढकलत होता. भुसभुशीत बर्फ स्वागताला हजर होते. सोनमर्गला गर्दी होते, ती बर्फावरच्या खेळासाठी! थंड हवा छळू लागली. थंड हवेचा इलाज— हुक्का! सिगारेट न पिणारा मी, पण घोडेवाल्यांच्या ओळखीने हुक्क्याचे दोन-चार फर्मास झुरके मारले. या झुरक्यांमुळे शरीरात उब आली. भरल्या वसंतात बर्फाच्या हिवाळ्याची लज्जत चाखली. काश्मिरी पोलिसांमुळे घोडा स्वस्तात मिळाला. दऱ्यांतले चिखल-गोटे घोड्याने सहजपणे पार केले. उंच टेकडीवरून वर पाहिले, तर सर्वत्र उंचप्राय पर्वत हिमाचे नगारे वाजवत होते. आडमुठा बर्फ हिमालयाच्या छोट्या-छोट्या शिखरांना रूपेरी दुलईने झाकत होता. हिमालयाचे हे सौंदर्य पाहताना स्वत:च्या अस्तित्वाचीही शुद्ध राहत नाही. हे हिमनगाचे कडे ऊन खात पार वितळेपर्यंत जूनपर्यंत टिकून राहतात. ढिम्म हलत नाहीत. नोव्हेंबरला नव्या बर्फाचे स्वागत करत पाण्याच्या लोंढ्यांना चेकाळू देतात.

सोनमर्गहून परत येताना रस्त्यावर हजरत बालच्या पांढऱ्या संगरमरवरी इमारतीत घुसलो. इथे ना मजार, ना तुर्बत! एका चंदनी दरवाज्याच्या आड हजरत पैगंबर मोहम्मदसाहेबांचा एक केस सुरक्षित ठेवला आहे. स्त्रिया फक्त उंबऱ्याजवळच नमाज अदा करत होत्या. पुरुषांना मात्र प्रवेश होता. सुवर्णमंदिराप्रमाणे डोक्यावर रुमाल बांधला, तरच प्रवेश! सुरेख संगमरवरी इमारत आहे. सोनमर्गहून परतताना नसीम बागेत गेलो. बादशहा अकबराने ५२०० चिनार वृक्ष लावून या बागेला हिरवीकंच सावली दिली. काही चिनार वृक्ष ३००-४०० वर्षांचे आहेत. बागेत सुंदर धबधबा आहे. एक कॅम्पिंग ग्राऊंडही आहे. येता-येता खीरभवानी मंदिराला हिंदू भेट देतातच. सरोवराच्या मध्यभागी माता भवानीची पिंडी आहे. येथील झऱ्याचे पाणी इंद्रधनुष्यी रंग घेऊन आपल्याला प्रश्न विचारते, 'पानी तेरा रंग कैसा?'

गुलमर्ग

गुलमर्गचा केबल मार्ग जगभर प्रसिद्ध आहे. काश्मीरचे स्वित्झर्लंड बनविण्यात गुलमर्गचा मोठा वाटा आहे. गुलमर्ग हे बर्फावरच्या क्रीडांबरोबर 'फ्लॉवर व्हॅली' म्हणूनही तितकेच ख्यातनाम आहे. केबलकारमधून आपण दहा हजार पाचशे फूट उंचीवर जातो. बर्फाची मैदानेच मैदाने आहेत. जगातले सर्वांत उंचीवरचे गोल्फ मैदान येथे आहे. पाश्चिमात्य यात्रेकरूंचा ओढा गुलमर्गकडे अधिक असतो. केबलकारमधून खाली वाकून पाहिले की, विविध रंगी फुलांच्या मोठ्या चादरीच दिसतात. फुलांचे रंग पाण्यात मिसळून जातात. नकळत या फुलांशी आपला दोस्ताना जमतो. घोड्याने गेलात, तर फुलांची सप्तरंगी खुलावट नेत्रसुख देते.

बर्फातला खेळ

गुलमर्गच्या दहा हजार फूट उंचीवर गेल्यावर स्लेझ, स्केटिंग सुरू होते. मऊशार बर्फाचे गोळे फेकून आपल्या धर्मपत्नीच्या सावळ्या गालालाही गुलाबी रंग देण्याचे सामर्थ्य गुलमर्गच्या बर्फात आहे. मधून-मधून हिरवळीचे, फुलांचे झुबके दिसतात. उंचीवरचा पिसाट वारा छळायला लागतो. वाऱ्याने गारठलेले हात साडी सावरतच नसतात. मजा असते ती झपाटून बर्फाचे गोळे फेकण्यामध्ये. काही ठिकाणी माणसं धाडदिशी बर्फावरून घसरत होती, तर पोकळ बर्फाच्या ठिकाणी आईसफूल निर्माण होत होता. बर्फाच्या अखंड तुकड्याखाली खळगा दिसतो. खळग्यातून आणि भगदाडातून वाहणारे झुळझुळणारे पाणी...! जीवनाच्या उत्तररंगात बर्फिल्या वाऱ्यात स्लेझिंग करण्यात मजा येते. बर्फावरून पडण्यात जरी हात मोडला तरी हिमानी सौंदर्य चेहऱ्याच्या प्रसन्नतेवर मात करत नाही. आपण स्वेटर, जाड बूट याचा जामनिमा घेतो. पण घोडेवाले, स्लेझ चालवणारे छातीचा भाता झाला तरी पाळणाघरातल्या मुलासारखे आपल्याला खेळवत असतात. सैलसर बाह्यांचे कोट घालून ते गंमत-जंमत करतात. आपल्या गावरान हुशारीने पर्यटकांना चकाकत्या बर्फावरून खेळवत असतात. खाली चीडची वने, सोबतीला ओकची असंख्य झाडे, मध्येच दिसणारे देवदार, उगवलेले उंच भरदार गवत, सखल मैदानावर फुललेली असंख्य इवली-इवली तजेलदार फुलं, त्यांच्याभोवती रुंजी घालणारी रंगीबिरंगी फुलपाखरं, दगडाळ टेकाडालाही बिलगलेली हिमानी नजाकत... सारे काही रंगरूप, आकार एकरूप होऊन जायचे.

बर्फाच्या बिलोरी पसाऱ्यांतूनच हिरवट राखाडी टेकड्या उलगडत-उलगडत जायच्या. १४ हजार फूट उंचीवरून आझाद काश्मीर दिसते. उत्कंठतेमुळे पाहिले, परंतु हृदयाच्या धकधकीने आणि नाकपुड्यांच्या बंद होण्याच्या इशाऱ्याने 'परतीचा मार्ग भला' केला. धड जागतं ठेवणं महत्त्वाचं होतं. १४ हजार फूट उंचीवर स्वर्गलोकापर्यंत जाण्याची झिंग उतरली. नखरा कमी झाला.

खाली आल्यावर काश्मिरी काहावा पिऊन थकल्या शरीराला हुशारी आणली. बर्फात खेळायचे तर जवळ काजू, बदाम, पिस्ते, खडीसाखर, लवंगांचा साठा हवाच! १० फुटांवरच आपली भक्कम फुफ्फुससेही साथ द्यायला नाकारतात. सुका मेवा आणि कापूर हुंगणे यामुळे बर्फातली दमछाक थोडी हलकी होते. या बर्फानी पट्टीत खेळणे, हा एक उत्कट आनंदाचा क्षण असतो. बर्फाचे वेडे थर तुम्हाला हिमानी भाषा शिकवतात. घसरणारे पाय हसवू लागतात. सोनमर्ग आणि गुलमर्ग पाहताना आपली मानसिकता बदलून जाते.

'बर्फाचं हे बाळखेळणं
कधी पाहावं नुसतंच भिरभिरत्या नजरेनं
कधी घालावी झडप बालसुलभ उत्कंठेनं
पाहावं त्याला मोडून तोडून
एकेक भाग सुटा करून
फिरवावा मऊसूत हात डोळे मिटून
तर कधी घालावं तोंडात आख्खं कोंबून ।।'

२९.

वैष्णोदेवी व अवंतीपूर

श्रीनगरहून परतताना अनंतनाग या जिल्ह्याच्या ठिकाणी अवंतीपूर येते. भारतीय प्राचीन शिल्पकलेच्या वैभवकाळाची एक निशाणी अवंतीपूरची उद्ध्वस्त मंदिरे आहेत. या मंदिरांची जातकुळी कोणार्क, खजुराहो, अंबरनाथ, परळी-सज्जनगडाशी जुळणारी आहे. औरंगजेबाने ही मंदिरे उद्ध्वस्त केली. परंतु भग्न मंदिरांच्या शिल्पांवरून त्यांच्या विशालतेची कल्पना येते. भारतीयांना ज्योतिषशास्त्र आणि नवग्रहाचे वेड फार. नवग्रहांवाचून वास्तुशांत नाही. मंदिराच्या चौथऱ्यांवर नवग्रह आणि काही कामशिल्पे आपल्या ऐतिहासिक परिचयाच्या खुणा ठेवून आहेत. मंदिराच्या टेकडीवर अकबराने लावलेली चिनार वृक्षांची झाडे आहेत. मोगल धर्मवेडे, म्हणून धर्मवेड्या मुघल बादशहाने उभी केलेली उद्याने, राखलेल्या वृक्षांच्या राया दाखवितात; की मुघल बादशहाच्या विलासी जीवनात निसर्गप्रेम काठोकाठ भरून राहिले होते. मुघल बादशहांच्या पर्यावरणप्रेमावर एखाद्या इतिहास संशोधकाने प्रबंध लिहावा इतक्या वनस्पती, उद्याने, पाण्याची कारंजी, झरे मुघलांनी सुरक्षित ठेवले होते. मुघलांच्या बागांवरती म्हणायचे झाल्यास,

'लाल, केशरी, उजळ, मनोहर
रंगा आले शत गुलाब,
अमलताशचे झुबे खुलवती
अमल नील गगनास
रतन अबोली बरळत बोले

देई सुरंगी अंगा झोले
सायंकाळ गुलाल उधळित
भिडत धरा गगनास'

खरे पाहता, काश्मीरचा स्वर्ग मुघल बादशहांनी नावारूपाला आणला. भारतीय संगीताला दिलेली नजाकत आणि अनुपम निसर्गाचा सुंदर खजिना त्यांनी जपला. काश्मीर सोडताना निशात, शालिमार, चष्मेशाही बागेत थिरकलेल्या मंजुळ पैंजणांचा आणि झऱ्यांनी लावलेल्या मधुर गीतांचा सूर आजही कानांत व डोळ्यांत शिल्पांकित होतो. पर्यावरणाचा चिरंतन मूल्यविचार मनात रुतून बसतो. काश्मीरचा रूपवेध आजही आभासित होतो.

वैष्णोदेवी

कटऱ्याजवळ आकाशाशी स्पर्धा करणाऱ्या त्रिकूट पर्वताच्या डोंगरमाथ्यावर वैष्णोदेवी विसावली आहे. वारकऱ्यांप्रमाणेच 'आगे बोलो, पीछे बोलो, जोर से बोलो... जय माता दी!' या घोषणेत रात्रंदिवस हा पर्वत जिवंत चैतन्याची आणि भक्तांच्या उत्कट प्रेमाची प्रचीती देतो. बाणगंगेच्या गोमुखातून पडणाऱ्या पाण्याचे तीर्थ प्या. गोड पाणी गळ्यातही भक्तीचा गोडवा देतो. कोणी बंगाली, गुजराती, मराठी, तेलुगू— सारा भारत रात्रंदिवस वैष्णोदेवीचा डोंगर चढत-उतरत असतो. जगत्जननी शक्ती देवतेची उपासना करताना नकळत माँच्या दरबारात जाण्याची प्रत्येकाला घाई असते. ही टेकडी त्रिकूट पर्वताच्या पहाडात वसली आहे. प्रत्येक भक्तीची—

'नं मंत्रं नो यंत्रं तदपि च न जाने स्तुतिमहो,
न चाव्हानं ध्यानं तदपि च न जाने स्तुतिकथाः
न जाने मुद्रास्ते...
...ममत्सम पातकी नास्ते, पापघ्नी त्वत्समा
न हि, एवं ज्ञात्वा महादेवि यथायोग्यं तथा कुरुं ।'

वैष्णोदेवीला जाताना दोन मार्गांनी जात येते. काही लोक घोड्यावरून जातात. घोडेवाला तीनशे रुपये घेतो. आता तर ज्येष्ठांसाठी हेलिकॉप्टरची सोय झाली आहे. हेलिकॉप्टरला १३५० रुपये भाड्याचे पडतात; परंतु बहुसंख्य यात्री पायीच जाणे पसंत करतात. जाताना रजिस्ट्रेशन करावे लागते. रजिस्ट्रेशनची पावती घेऊन वैष्णोदेवीच्या माथ्यावर गेल्यावर ती पावती दाखवून नंबर घ्यावा लागतो. मगच त्या पवित्र गुफेत तुम्हाला प्रवेश मिळाला.

वैष्णोदेवीची मूर्ती नाही. क्षेत्र महाबळेश्वरप्रमाणे पाणी पाझरणारी तीन पत्थरी

छिद्रे आहेत. भक्त त्यात प्राकृतिक स्वरूप मानून महाकाली, महासरस्वती आणि जगदंबेचे रूप पाहतो. हजार-पाचशेच्या नोटा मातृचरणी अर्पण करतो. मनोमनी सुख, शांती, धनधान्य, पुत्रसुख, श्री लक्ष्मीची मनातल्या मनात मागणी करतो. मला भेटलेल्या काळे आजी सातत्याने बावीस वर्षे वैष्णोदेवीला येतात. एका संगमरवरी गुफेतून मातेचे पिंडीरूपी दर्शन होते. आदिशक्ती, कल्याणकारिणी माता या स्वरूपात हिंदू तिला पाहतात. हात जोडून जगत्‌कल्याणी वैष्णोदेवीला 'जय माता दी' म्हणत आपली मनोकामना सांगतात. वैष्णोदेवीची यात्रा केल्यानंतर तिने मारलेल्या भैरवाचीही लोक प्रार्थना करतात.

शिस्त आणि स्वच्छता

वैष्णोदवीच्या मंदिरात जाताना भक्ताने काही नियम लक्षात ठेवले पाहिजेत. चामड्याची पादत्राणे, मद्य, मांस यांना पूर्णबंदी आहे. रात्रभर चौदा किलोमीटरचा रस्ता जागता असतो. वैष्णोदेवीच्या मंदिराचे व्यवस्थापन तिरुपतीच्या देवस्थानाच्या दर्जासारखे उत्तम आहे. रस्त्यात सावली देणारी असंख्य विश्रामस्थळे आहेत. घोड्यांसाठी रस्ता स्वतंत्र आहे. आता तर ज्येष्ठ नागरिकांना डोंगराच्या पायथ्याशी जाण्यासाठी केलेल्या रिक्षा आहेत. या रिक्षांचे आरक्षण 'मनोरमा' भवनात होते. रस्त्याच्या कडेकडेला अमृततुल्य चहा देणाऱ्या टपऱ्या, ढाबे उभे आहेत. वैष्णोदेवीहून येताना जम्मूजवळच्या देवामाईचेही दर्शन घ्या. समुद्रसपाटीपासून २५०० फूट उंचीवरचे हे धर्मस्थळ आज लाखो यात्रिकांचे श्रद्धास्थान आहे.

वैष्णोदेवी ना पुजाऱ्यांच्या गराड्यात, ना तिथं पंड्यांची बडवेगिरी... सर्वत्र श्रद्धेचा माहोल! दानपेट्या सेवेला हजर! मुख्य मंदिराच्या परिसरात कमालीची स्वच्छता आहे. शिस्त आहे. अमृतसरला आणि अहमदाबादला वैष्णोदेवीच्या प्रतिकृती मी पाहिल्या आहेत. त्याला कैकाडीमहाराजांच्या मठाचे रूप आहे. परंतु जम्मूजवळील वैष्णोदेवी मंदिराच्या मूलस्थानात हिमालयी निसर्ग मोकळ्या प्राकृतिक वातावरणात चवऱ्या ढाळीत उभा आहे. वैष्णोदेवीच्या गुहेत प्रवेश करताच जिभेवर आणि मिटलेल्या डोळ्यांवर एक स्वर आला—

'नमो देव्यै महादेव्यै शिवायै सततं नमः ।
नमः प्रकृत्यै भद्रायै नियताः प्रणताः स्म ताम् ॥'

देवीला नमस्कार असो, मोठमोठ्यांना कर्तव्यप्रवण करणाऱ्या कल्याणगात्री देवीला सदा नमस्कार असो. गुणसाम्यावस्थापिणी मंगलमयी देवीला नमस्कार असो. नियमयुक्त होऊन आम्ही देवीला प्रणाम करतो.

जम्मूला रघुनाथ मंदिराचा समूह पाहा. भगवान रामचंद्रांचे तेज या मूर्तीत

सामावलेले आहे. प्रचंड सुरक्षाव्यवस्था आहे. या मंदिराने साक्षात प्रभू रामचंद्रासमोर दहशतवाद्यांनी भक्तांच्या रक्ताचे दिलेले अर्घ्य पाहिले होते. प्रभू रामचंद्र भारतीय सात्त्विकतेचा आदर्श. जम्मूतील रघुनाथ मंदिरातील रामासमोर नतमस्तक होऊन मी प्रार्थना म्हटली,

'राघवं रामचंद्रं च रावणारि रमापतिम् ।
राजीवलोचनं रामं तं वन्दे रघुनंन्दनम् ॥

●

३०.

काश्मिरी सहलीच्या काही सूचना

भारताचे नंदनवन काश्मीर शांत आहे. हे नंदनवन पाहताना आपल्या मनाला निवांतपणा मिळतो. प्रत्येकाच्या मनातला कालिदास जागा होतो. दहशतवादी असोत अगर राजकीय नेते असोत; त्यांना बजावावेच लागेल—

वेगवेगळ्या वादळानं नंदनवन सुकणार नाही,
शांत शांत विश्वामध्ये प्रत्येकाला वेळ असेल,
रानामधलं झाड दिसेल, झाडावरचं पान दिसेल
ध्वनिक्षेपणातील कर्कश संगीताचा शाप नसेल,
माझा मित्र कालिदास आपल्या तब्येतीनं गाईल,
आळसावलेले गोड मेघ झेलमकडे संथ जातील,
वाद होवो, युद्ध होवो, हे नंदनवन हसरेच राहील.

काश्मीर यात्रा चार दिवसांत, पाच दिवसांत, दहा आणि सोळा दिवसांतही करता येते. सात ते दहा दिवसांत ही यात्रा करा. पहिल्या दिवशी थेट श्रीनगराला विमानाने जा. हाऊसबोटीत दोन दिवस राहा. गर्व्हन्मेंट आर्ट एम्पोरियम, सेंट्रल मार्केटमध्ये खरेदी करा. शिकारा घेऊन दल लेक आणि नगिना लेकमध्ये रात्रीच्या वेळेस भटका. दुसऱ्या दिवशी सकाळी उठून गुलमर्गला जा. घोडा करून खिलमर्गला जा. केबलकारने गुलमर्गला बर्फाच्या खेळात रंगून दंग व्हा. तिसऱ्या दिवशी सोनमर्ग गाठून पुन्हा हिमानी वातावरणाचा आस्वाद घ्या. चौथ्या दिवशी वूलर सरोवर, खीरभवानी, हजरत बाल, शंकराचार्य पहाड बघून निसर्गाचा नजारा अनुभवा. पाच-सहा दिवस— ट्युलिप गार्डन, निशात,

शालिमार, चष्मेशाही उद्यानात फुलांच्या रंगांत हरवून जा. सातव्या आणि आठव्या दिवशी पहेलगामला जा. काश्मीरची नीरव शांतता, रजत रुपेरी पहाड, लिदर नदीचा प्रवाह, निसर्गरम्य आरू व्हॅली पाहता-पाहता स्वत:ला विसरून जाल.

आठव्या दिवशी अवंतीपूर मार्गे वैष्णोदेवीचा रस्ता पकडा. नववा आणि दहावा दिवस वैष्णोदेवीसाठी राखून ठेवा. दहाव्या दिवशी संध्याकाळपर्यंत जम्मूला या. बर्फाचे सौंदर्य पाहायचे तर मार्च-एप्रिलमध्ये जा. फुलांच्या शेकडो रंगांच्या झालरी पहायच्या असतील तर ऑक्टोबरमध्ये जा. मुघल गार्डन, अनंतनाग, बोटात, खिलनमर्ग, गुलमर्ग, पटनी टॉप, जम्मूचे मंदिर, गधर्बल, डाची गाम, हजरत बाल पाहायला विसरू नका.

काश्मीरमध्ये खरेदी सावधानतेने करा. केशराचा धंदा पूर्णपणे फसवणुकीचा आहे. केशराचा वास घ्या. नुसता पिवळा रंग पाहू नका. दुकानदाराच्या खास डब्यातील केशर महाग असले तरी ते खरेदी करा. बदाम तोडून तेल येत असले, तरच खरेदी करा. मोठे बदाम दिल्लीहून येतात. सुकामेवा कटऱ्यातच छान मिळतो. अख्खे आक्रोड घेण्यापेक्षा फोडलेले आक्रोड घ्या. काश्मीरमध्ये अंजिरे छान मिळतात. काजू मात्र केरळचाच असतो. बेदाणा नाशिकचा असतो. काश्मिरी साडी जरूर घ्या. कापड सुरतचे. भरतकाम कारागिरी असते. काश्मिरी स्त्रीचं काश्मिरीसारखं कटवर्क कोठेच मिळणार नाही. काश्मिरी स्त्रियांना ईश्वराने सौंदर्य आणि नाजूक बोटे दिली आहेत. रम्य निसर्गाच्या सहवासात राहिल्याने डोळ्याची एक हिरवाई दिली आहे. काश्मीरमध्ये घासाघीस करावीच लागते. निम्म्यावर सौदा तुटतो. शाली सुरेख, स्वेटर लुधियानाचे अन् नाव काश्मीरचे!

आयुष्यात जर काय पाहायचे उरले असेल, तर काश्मीर पाहून आपले जीवन कृतार्थ करा. तुम्ही कोणत्याही वयात असा— काश्मीर तुमच्या जीवनाला नकळत आनंदाचा एक डोळा देईल. काश्मीरमधला बर्फ, झडीचा पाऊस अनुभवा. ना. धों. महानोरांच्या शब्दांत—

चिंब झाली पावसाने दूर राने
गर्दशी ओली निळाई डोंगराने
मुक्त बेहोशीत आम्ही गीत गातो,
वादळाचा देह आता झिंगल्याने ॥

●

३१.

प्रवासासाठी काही सूचना

माझ्या सेवानिवृत्तीपासून गेली ११ वर्षे काश्मीर ते कन्याकुमारी, द्वारका ते सिक्कीम, मेघालय, अरुणाचल अशी भ्रमंती झाली. या अनुभवांच्या आधारे पर्यटकांना आनंदाचे काही क्षण लुटण्यासाठी पूर्वतयारीच्या सूचना महत्त्वाच्या आहेत.

१. प्रत्येक प्रांताचे पर्यटन खाते असते. त्यांच्याकडून त्या प्रांतातील पर्यटन-स्थळांची माहिती मागवावी. सकाळ, लोकप्रभा, ऐक्य यांच्या पर्यटन पुरवण्या वाचाव्यात व प्रत्येक प्रांताचा रोड मॅप मागवून घ्यावा; म्हणजे प्रवासाचा कालावधी व वेळ निश्चित करता येते.

२. आपल्या प्रवासकाळात 'रास्ता रोको', पार्लमेंटवर मोर्चे, काही मेळावे असतात. या काळात शक्यतो प्रवास करू नये. भारतात काश्मीर, सिक्कीम आदी प्रांतांत मार्चनंतर प्रवास करावा. राजस्थानात फेब्रुवारीचे पहिले दोन आठवडे प्रवासास योग्य असतात. भारतातील इतर प्रांतांत सप्टेंबर ते फेब्रुवारी फिरावे. काश्मीरचा खास सीझन एप्रिल ते सप्टेंबर असतो. इंटरनेट उपलब्ध असल्यास सर्व प्रांतांची सर्व माहिती मिळते.

३. आपण टुरिस्ट कंपनीमार्फत गटाने जाणार असल्यास आपणच त्यांना टाइमटेबल करून द्यावे. त्यात विश्रांती, धावपळ टाळता येते व मनमुराद आनंद लुटता येतो.

४. आपण स्वतंत्रपणे जाणार असाल तर आपल्या गावातील टूर एजंटमार्फत हॉटेल्स, टॅक्सी बुकिंग करता येते.

यात हमालाकडून त्रास होऊ नये म्हणून कमीत कमी ओझे असावे. आपण ज्या टॅक्सीत बसतो, तिचा नंबर डायरीत लिहावा. आपल्या आप्तांना कळवावा. हॉटेलचे कार्ड आपल्या खिशात ठेवावे. म्हणजे चुकामूक झाल्यास आपल्याला हॉटेलवर परत येता येते.

५. मी ज्येष्ठ नागरिकांबरोबर, तरुण मित्रांबरोबर, कधी एकट्याने प्रवास केला. वृद्ध माणसांबरोबर प्रवास करताना फार काळजी घ्यावी लागते. त्यांच्या आरोग्याची, आजाराची आपणाला पूर्ण माहिती हवी. त्यांची मुले व डॉक्टर यांचे फोन नंबर आपल्याजवळ असावेत. आपण ही जबाबदारी घेताना अनेक वेळा अनाठायी प्रसंग उद्‌भवतात. हृदयविकारी, उच्च रक्तदाब असणाऱ्या व्यक्तींना अनेक ठिकाणी नेणे अवघड जाते. मधुमेहाबद्दल आपल्याजवळ माहिती असावी. अनेक वेळा आपले वय विसरून वृद्ध माणसे निसरड्या खडकावरही चढतात. त्यांची हाडे ठिसूळ असल्यामुळे अस्थिभंगाचा धोका असतो. ज्येष्ठ नागरिकांनी टुरिस्ट कंपनीमार्फतच प्रवास करावा. मुंबईच्या कंपन्या जेथे प्रवास करावयाचा तेथे यायला सांगतात व तेथेच सोडतात. यामुळे हमाली व सामान चढवणे-उतरवणे याचा त्रास होतो. पुण्यातील कंपन्या 'होम टु टूर' अशी व्यवस्था करतात. चार-पाच कंपन्यांचे कॅटलॉग मागवून दराची तुलना व ठिकाणे पाहावीत आणि त्यावरूनच यात्रा कंपनी निश्चित करावी. यात्रा कंपनीतून जाताना आपला दृष्टिकोन सकारात्मक असावा. अनेक लोकांशी आपला स्वभाव जुळवून घ्यावा लागतो. सहभागित्व व सुसंवाद महत्त्वाचा असतो. अगत्य, आतिथ्य असावे.

मी तरुण वयात भारतात खूप भटकलो. असंख्य ठिकाणे परत-परत पाहिली. बनारसला ११ वेळा गेलो असेन, परंतु वयानुसार दृष्टिकोनात फरक पडत असतो. प्रत्येकाने भ्रमंती करावीच. सोने लॉकरमध्ये ठेवणार. पुढची पिढीही तुमचे धन लॉकरमध्ये ठेवणार. तेव्हा पुढच्या पिढीपेक्षा मी चंबळच्या खोऱ्यातील डाकूबरोबर केलेली भटंकती थरारक होती.

जीवनातला आनंदाचा प्रत्येक क्षण उपभोगलाच पाहिजे. आपला देश खूप रम्य आहे. निसर्गाची लेणी कोरलेली आहेत. असंख्य धबधबे तुम्हाला भिजवायला आसुसलेले आहेत. कच्छपासून पुरीपर्यंतचे रमणीय किनारे तुमच्या गळाभेटीसाठी आपल्या पायघड्या अंथरून स्वागताला तयार आहेत. मद्रासचा गोल्डन बीच, जगन्नाथपुरी, कारवार, मुरुडेश्वर, सोरटी सोमनाथचे किनारे बहारदार. देशातील शिल्पकारांची मंदिरे, मशिदी आणि लेण्यांच्या स्वरूपात अमर शिल्पे तुमच्या

आनंदासाठी खोदली आहेत. कोणत्याही माणसाच्या मनात श्रद्धेचा, आस्तिकतेचा हळवा कोपरा असतोच. अजमेर, चारधाम, बारा ज्योतिर्लिंगे, सप्त पुऱ्या त्याला खुणावीत असतात. मानसिक, आध्यात्मिक शांतीसाठी धर्मस्थळात, नदीकाठी अगर मंदिरात 'देवाचिये द्वारी उभा क्षणभरी, तेणे चारी मुक्ती साधियेल्या' अशी मानसिकता तीर्थस्थळाकडे ओढत नेते. माझ्या पर्यटन यात्रेचा अर्धविराम करताना भटक्यांना सांगेन— गौतम बुद्धांचा मंत्र आचारा, 'चरथ् भिक्कवे'— फिरते राहा. फिरण्याचा आनंद संत तुकारामांनी सांगितल्याप्रमाणे 'आनंदाचे डोही आनंद तरंग', चित्ताला समाधानी ठेवतो.

●

३२.
नानासाहेब करमकरांच्या शोधात सासवणे

माझ्या भटकंतीत अलिबाग तालुक्यातील चौल, रेवदंडा, नागाव व सारसगड हे अनेक वेळा पायांखाली घातले गेले होते. पुण्यात मी विद्यार्थी असताना पुणे वेधशाळेत अनेक वेळा जात असे. या रस्त्यावर छत्रपती शिवाजीमहाराजांचा भव्य पुतळा लक्ष वेधून घेत असे. हा शिवाजीमहाराजांचा पहिलाच पुतळा आहे. हा पुतळा बसविण्यात ऐन इंग्रजी आमदानीत राजर्षी शाहूमहाराज व ग्वालियरचे जीवाजीराव शिंदे यांनी मोठे धाडस केले होते. याचे उद्घाटनही इंग्लंडचे महाराज, व्हिक्टोरिया राणीचे सुपुत्र सप्तम एडवर्ड यांनी केले होते. अशा या पुतळ्याच्या शिल्पकाराबद्दल माझ्या मनात कुतूहल व जिज्ञासा होती. महाराष्ट्रात व देशभर छत्रपती शिवाजीमहाराजांचे पुतळे असंख्य शिल्पकारांनी ओतले आहेत; परंतु करमरकरांसारख्या शिल्पकाराने उभारलेल्या पुतळ्याची सर कोणत्याच पुतळ्याला नाही. विद्यार्थिदशेतील माझे कुतूहल करमरकरांचा मृत्यू झाल्यानंतरही वृद्धावस्थेतही ताजेतवाने होते.

आपण प्रवास करताना लेण्या, मंदिरे, मशिदी, बगीचे, सुरेख किनारे, भव्य संग्रहालये पाहतो; परंतु एखाद्या व्यक्तीनेच सारे जीवन समर्पित करून उभारलेल्या कलाकृती क्वचितच पाहतो. संगीतकार, राजकीय नेते, थोर साहित्यिक, पट्टीचे गायक व शिल्पकलेला प्रतिष्ठा आहे. मायकेल एंजेलो म्हणाला होता, "मी दगडांना बोलके केले. दगडांत कमनीय आकृती आधीच झोपलेल्या होत्या. मी पत्थराचे टवकार काढले. थोडा

हात फिरवला. बघता-बघता सुंदर देहाच्या सौंदर्याने तो पत्थर अलंकृत झाला.'' हा मायकेल एंजेलो मला सांगत होता— सासवण्याला जा. युरोपमध्येच काय, त्रिखंडात ज्याची कीर्ती दुमदुमते, त्या नानासाहेब करमरकरांच्या शिल्पशाळेला भेट दे. तुला तुझे राष्ट्रपुरुष भेटतील. कवी, लेखक, अप्सरा तुला आपले देखणे रूप दाखवतील. तुझ्या राष्ट्राचा एक छोटा इतिहास एका आडवळणी गावी कोहिनूर हिऱ्यासारखा जपला आहे. या स्वप्नातील मायकेल एंजेलोबरोबरच्या संवादामुळे माझी पावले सासवणेची वाट चालू लागली.

सासवणे हे रायगड जिल्ह्यातील नारळ-पोफळीच्या, फणस-आंब्यांच्या राईत दडलेले गाव! वाड्या आणि उत्कृष्ट फार्महाऊसची रेलचेल! एक हजारांच्या भाड्यापासून पंचवीस हजारांच्या भाड्यापर्यंतच्या खोल्या सासवण्याला मिळतात. सासवण्याच्या स्वच्छ पुळणीवरून मुंबईची महानगरी चमचमताना दिसते. गेट वे ऑफ इंडिया व ताजमहाल डोळा मारत सांगतो, ''अरे, आनंद लुटायचा तर येथेच या; परंतु करमरकरांना मुजरा करून या.''

कोण होते हे करमरकर? सासवण्यात त्यांचे वडील पांडूतात्या व आजोबा रामकृष्ण हे शेतीबरोबर गणपती बनवत आणि संगीताचा रियाजही करत. घरी मातीकामाची परंपरा! ब्राह्मण कुटुंबात जन्मूनही कुळागरातल्या मातीशी नाते जोडलेले. करमरकरांचे वडील आपल्या मुलाला भिंतीवर चित्रे रंगवू देत. चित्रकला ही माणसाला स्वत:ला विसरायला लावणारी कला आहे. नानासाहेब करमरकरांनी रामाच्या देवळात घोड्यावर बसलेले छत्रपती शिवाजीमहाराजांचे काढलेले चित्र त्यांच्या डोळ्यांत भरले. इंग्रज साहेबांनी त्यांना मुंबईला नेऊन जे. जे. स्कूल ऑफ आर्ट्समध्ये दाखल केले. नानासाहेबांना 'लॉर्ड मेओ' पारितोषिक मिळाले.

इंग्रज रत्नपारखी होते. त्याच काळात रवींद्रनाथ टागोर व सुरेंद्रनाथ टागोर यांनी नानासाहेबांना कलकत्त्याला नेले. महाराष्ट्रीय कलाकाराला जागतिक कीर्तीच्या सुवर्णसंधी बंगाली लोकांनी मिळवून दिल्या. 'राज ठाकरे जिंदाबाद!' कलेला प्रांत व धर्म नसतो. अशा या कलाकाराने रामकृष्ण मठातला (बेलूर) रामकृष्ण परमहंसांचा संगमरवरी पूर्णाकृती पुतळा उभा केला.

सासवण्याच्या त्यांच्या शिल्पालयात तुम्हाला देशातील थोर नेते व शास्त्रज्ञ भेटतील. कोकणातल्या एका खेड्यात या देशातल्या कर्तबगार माणसांची मांदियाळी आहे. रवींद्रनाथ टागोर आपल्या दाढीने, डोळ्यांतल्या चमकेने उठून दिसतात. मांडी दुमडलेले महात्मा गांधी दिसतात. भारतातल्या रसायन उद्योगाचा पाया घालणारे पी. सी. रे आपल्याला सांगतात उद्योग करा रे. चित्तरंजन दासांची मूर्ती बुद्धिमत्तेची तेजाळी दाखवते. सर जमशेटजी टाटा येथे आपल्याला भेटून सांगतात— ''कसला

मराठी; आम्ही तर भारतीय!

जमशेटजी टाटांनी आपल्या पुतळ्यापेक्षा करमरकरांच्या बोटांच्या जादूसाठी त्यांना लंडनच्या रॉयल ॲकॅडमीमध्ये पाठविले. इटली, फ्रान्स, स्वित्झर्लंडमधील असंख्य कलाकारांना ते भेटत. चर्चा करत. अशा या करमरकरांना छत्रपती शाहूमहाराजांनी एक आव्हान स्वीकारायला लावले. साडेतेरा फूट उंचीचा, आठ टन वजनाचा, चार पॅनल्स असलेला छत्रपती शिवाजीमहाराजांचा आद्य पुतळा त्यांना घडवायचा होता. छत्रपती शाहूमहाराजांनी त्यांना आपल्या मुंबईच्या पॅलेसमध्ये ठेवून घेतले. सर्वोत्कृष्ट घोडा बहाल केला. आपला बलदंड रखवालदार असलेला भय्या मॉडेल म्हणून दिला. छत्रपती शिवाजीमहाराजांचा हा आद्य पुतळा नानासाहेब करमरकरांना लक्ष्मीची कवाडे उघडून देता झाला.

भारतातल्या सयाजीमहाराज गायकवाड ते छोट्या-मोठ्या संस्थानिकांनी आपले राजवाडे व रस्ते करमरकरांच्या मदतीने सुशोभित केले. पुण्याच्या संगमरवरी शिंदे छत्रीवर करमरकरांचाच हात फिरला होता. विठ्ठलभाई पटेलांचा पुतळा, हायकोर्टासमोरील सर जस्टिस दिनशा मुल्ला, रवींद्र नाट्यगृहातील रवींद्रनाथांचा पुतळा, जहाँगीर आर्ट गॅलरीतील एअर मार्शल मुखर्जी, सर विश्वेश्वरय्या, शेर्पा तेनसिंग, आगरकर, लोकमान्य टिळक, आचार्य कृपलानी यांच्या पुतळ्यांनी आर्ट गॅलरी त्यांनी सजविली. जमशेदपूरला भारतीय औद्योगिक क्रांतीचे जनक सर जमशेटजी टाटा यांची बारा फूट उंचीची मूर्ती सांगते— भारत महासत्ता आहे!

हा शिल्पकार धंदेवाईक नव्हता. त्यांनी केलेला म्हशीचा पुतळा सासवण्याला आहे. खरी म्हैसच वाटेल. त्यांचा अल्सेशियन कुत्रा आजही जरब दाखवितो. त्यांनी पाळलेली ज्योती माकडीण माकडाचा मिस्किलपणा दाखविते. त्यांनी गुराख्याचे उभारलेले शिल्प सासवण्यात गुराख्याची एकाग्रता दाखविते. सासवण्याला आळस देणाऱ्या माणसाचे शिल्प आहे. आळस देताना आपले हात पाठीमागे जातात. बरगड्या उंचावतात. आपण जांभया देतो. हे सर्व तेथे भेटतील. एक बाई आपल्या नातवंडाला घेऊन त्याला देवबाप्पा करायला लावते. शेतावर जाणारी स्त्री, हिरा कोळीण... एकाहून एक सुरेखा भावमुद्रा सासवण्यातील करमरकरांच्या शिल्पशाळेत तुम्हाला 'गीत गाया पत्थरोंने'ची प्रचीती देतील.

शिल्पकार नानासाहेब करमरकर राष्ट्रभक्त होते. त्यांना अंजठा-वेरूळप्रमाणेच रायगड जिल्ह्यातील एखाद्या पत्थरात स्वातंत्र्यलढ्याची चित्रे व शिल्पे खोदायची होती. त्यांचे स्वप्न होते की, दिल्लीत ११० फूट उंचीचे चरख्यावर हात ठेवलेले महात्मा गांधीचे शिल्प इमारत स्वरूपात उभे करायचे. आत गांधींच्या वस्तू, प्रार्थना हॉल आदी ठेवायचे. परंतु राज्यकर्त्यांना गांधी मान्य नव्हते. म्हणून गांधीप्रेमी अन्

गांधीचे भक्त असलेल्या शिल्पकार नानासाहेब करमरकरांची योजना त्यांनी बासनात बांधून ठेवली.

नानासाहेब करमरकरांचे १९६७ मध्ये देहावसान झाले. त्यांच्या सुनेने २०० वेचक शिल्पांचे शिल्पालय आज जपले आहे. भारतीय शिल्पकलेला सोन्याचे दिवस आणणारे करमरकर येथेच भेटतात. दोन मजली टुमदार बंगला, हवेशीर दालने, परसदारी आंब्यांची सुंदर वाडी... शिल्पाकृतीला एकांतात पाहावे असे वातावरण सासवणे गावातील शिल्पालयात आहे. नानासाहेब करमरकर यांनी शिल्पामध्ये मोठी मूठ धरलेला हात व मुठीत अडकलेला माणूस हे शोषिताचे शिल्प तयार केले. असा देशप्रेमी, संगीतप्रेमी, कलाकार आज हयात नसला तरी मला सासवण्याला रागयड जिल्ह्यात भेटला. जवळच किहीमझिराडला दुर्गाताई खोटे यांच्या गालाची खळी असलेली हसरी झोपडी पाहिली. प्रवास करताना आपण काय पाहतो, हे महत्त्वाचे आहे. मी एक प्रवासी या सर्वांना घरांना भेटी देताना मनात म्हणतो,

'पावलावर देव आणि रोजचीच वारी
असं असूनही आमच्या डोळ्यांना
अजून मातीचं मोल आहे!'

●

३२.
प्रवासासाठी काही सूचना

माझ्या सेवानिवृत्तीपासून गेली ११ वर्षे काश्मीर ते कन्याकुमारी, द्वारका ते सिक्कीम, मेघालय, अरुणाचल अशी भ्रमंती झाली. या अनुभवांच्या आधारे पर्यटकांना आनंदाचे काही क्षण लुटण्यासाठी पूर्वतयारीच्या सूचना महत्त्वाच्या आहेत.

१. प्रत्येक प्रांताचे पर्यटन खाते असते. त्यांच्याकडून त्या प्रांतातील पर्यटन-स्थळांची माहिती मागवावी. सकाळ, लोकप्रभा, ऐक्य यांच्या पर्यटन पुरवण्या वाचाव्यात व प्रत्येक प्रांताचा रोड मॅप मागवून घ्यावा; म्हणजे प्रवासाचा कालावधी व वेळ निश्चित करता येते.

२. आपल्या प्रवासकाळात 'रास्ता रोको', पार्लमेंटवर मोर्चे, काही मेळावे असतात. या काळात शक्यतो प्रवास करू नये. भारतात काश्मीर, सिक्कीम आदी प्रांतांत मार्चनंतर प्रवास करावा. राजस्थानात फेब्रुवारीचे पहिले दोन आठवडे प्रवासास योग्य असतात. भारतातील इतर प्रांतांत सप्टेंबर ते फेब्रुवारी फिरावे. काश्मीरचा खास सीझन एप्रिल ते सप्टेंबर असतो. इंटरनेट उपलब्ध असल्यास सर्व प्रांतांची सर्व माहिती मिळते.

३. आपण टुरिस्ट कंपनीमार्फत गटाने जाणार असल्यास आपणच त्यांना टाइमटेबल करून द्यावे. त्यात विश्रांती, धावपळ टाळता येते व मनमुराद आनंद लुटता येतो.

४. आपण स्वतंत्रपणे जाणार असाल तर आपल्या गावातील टूर एजंटमार्फत हॉटेल्स, टॅक्सी बुकिंग करता येते.

यात हमालाकडून त्रास होऊ नये म्हणून कमीत कमी ओझे असावे. आपण ज्या टॅक्सीत बसतो, तिचा नंबर डायरीत लिहावा. आपल्या आप्तांना कळवावा. हॉटेलचे कार्ड आपल्या खिशात ठेवावे. म्हणजे चुकामूक झाल्यास आपल्याला हॉटेलवर परत येता येते.

५. मी ज्येष्ठ नागरिकांबरोबर, तरुण मित्रांबरोबर, कधी एकट्याने प्रवास केला. वृद्ध माणसांबरोबर प्रवास करताना फार काळजी घ्यावी लागते. त्यांच्या आरोग्याची, आजाराची आपणाला पूर्ण माहिती हवी. त्यांची मुले व डॉक्टर यांचे फोन नंबर आपल्याजवळ असावेत. आपण ही जबाबदारी घेताना अनेक वेळा अनाठायी प्रसंग उद्‌भवतात. हृदयविकारी, उच्च रक्तदाब असणाऱ्या व्यक्तींना अनेक ठिकाणी नेणे अवघड जाते. मधुमेहाबद्दल आपल्याजवळ माहिती असावी. अनेक वेळा आपले वय विसरून वृद्ध माणसे निसरड्या खडकावरही चढतात. त्यांची हाडे ठिसूळ असल्यामुळे अस्थिभंगाचा धोका असतो. ज्येष्ठ नागरिकांनी टुरिस्ट कंपनीमार्फतच प्रवास करावा. मुंबईच्या कंपन्या जेथे प्रवास करावयाचा तेथे यायला सांगतात व तेथेच सोडतात. यामुळे हमाली व सामान चढवणे-उतरवणे याचा त्रास होतो. पुण्यातील कंपन्या 'होम टु टूर' अशी व्यवस्था करतात. चार-पाच कंपन्यांचे कॅटलॉग मागवून दराची तुलना व ठिकाणे पाहावीत आणि त्यावरूनच यात्रा कंपनी निश्चित करावी. यात्रा कंपनीतून जाताना आपला दृष्टिकोन सकारात्मक असावा. अनेक लोकांशी आपला स्वभाव जुळवून घ्यावा लागतो. सहभागित्व व सुसंवाद महत्त्वाचा असतो. अगत्य, आतिथ्य असावे.

मी तरुण वयात भारतात खूप भटकलो. असंख्य ठिकाणे परत-परत पाहिली. बनारसला ११ वेळा गेलो असेन, परंतु वयानुसार दृष्टिकोनात फरक पडत असतो. प्रत्येकाने भ्रमंती करावीच. सोने लॉकरमध्ये ठेवणार. पुढची पिढीही तुमचे धन लॉकरमध्ये ठेवणार. तेव्हा पुढच्या पिढीपेक्षा मी चंबळच्या खोऱ्यातील डाकूबरोबर केलेली भटंकती थरारक होती.

जीवनातला आनंदाचा प्रत्येक क्षण उपभोगलाच पाहिजे. आपला देश खूप रम्य आहे. निसर्गाची लेणी कोरलेली आहेत. असंख्य धबधबे तुम्हाला भिजवायला आसुसलेले आहेत. कच्छपासून पुरीपर्यंतचे रमणीय किनारे तुमच्या गळाभेटीसाठी आपल्या पायघड्या अंथरून स्वागताला तयार आहेत. मद्रासचा गोल्डन बीच, जगन्नाथपुरी, कारवार, मुरुडेश्वर, सोरटी सोमनाथचे किनारे बहारदार. देशातील शिल्पकारांची मंदिरे, मशिदी आणि लेण्यांच्या स्वरूपात अमर शिल्पे तुमच्या आनंदासाठी खोदली आहेत. कोणत्याही माणसाच्या मनात श्रद्धेचा, आस्तिकतेचा

हळवा कोपरा असतोच. अजमेर, चारधाम, बारा ज्योतिर्लिंगे, सप्त पुऱ्या त्याला खुणावीत असतात. मानसिक, आध्यात्मिक शांतीसाठी धर्मस्थळात, नदीकाठी अगर मंदिरात 'देवाचिये द्वारी उभा क्षणभरी, तेणे चारी मुक्ती साधियेल्या' अशी मानसिकता तीर्थस्थळाकडे ओढत नेते. माझ्या पर्यटन यात्रेचा अर्धविराम करताना भटक्यांना सांगेन— गौतम बुद्धांचा मंत्र आचारा, 'चरथ् भिक्कवे'— फिरते राहा. फिरण्याचा आनंद संत तुकारामांनी सांगितल्याप्रमाणे 'आनंदाचे डोही आनंद तरंग', चित्ताला समाधानी ठेवतो.

●

www.ingramcontent.com/pod-product-compliance
Lightning Source LLC
Chambersburg PA
CBHW031313280626
47169CB00018B/1252
* 9 7 8 8 1 7 2 9 4 8 2 5 2 *